D1680429

திருப்பாவை – எளிய விளக்கம்

திருப்பாவை – எளிய விளக்கம்

பி.ஏ. கிருஷ்ணன் (பி. 1946)

பி. அனந்தகிருஷ்ணன் மத்திய அரசுப் பணியிலும் தனியார், பன்னாட்டு நிறுவனங்களிலும் பல உயர் பதவிகள் வகித்து ஓய்வுபெற்றவர். தமிழ், ஆங்கிலத்தில் திறமையாக எழுதும் படைப்பாளிகளில் குறிப்பிடத்தக்கவர். மனைவி ரேவதி கிருஷ்ணன், தில்லித் தமிழ்ப் பள்ளி ஒன்றில் ஆசிரியையாகப் பணியாற்றி ஓய்வுபெற்றவர். இருவரும் தில்லியில் வசிக்கிறார்கள்.

மின்னஞ்சல்: *tigerclaw@gmail.com*

பி.ஏ. கிருஷ்ணன்

திருப்பாவை
எளிய விளக்கம்

காலச்சுவடு பதிப்பகம்

● அன்பார்ந்த வாசகருக்கு,

வணக்கம்.

காலச்சுவடு நூலை வாங்கியமைக்கு நன்றி.

நூலின் உள்ளடக்கம், உருவாக்கம், அட்டைப்படம் இன்ன பிற அம்சங்கள் பற்றிய உங்கள் கருத்துகளையும் ஆலோசனைகளையும் காலச்சுவடு வரவேற்கிறது. தகவல், எழுத்து, வாக்கியப் பிழைகள் தென்பட்டால் கட்டாயம் தெரிவித்து உதவுங்கள். நூல் தயாரிப்பில் கடும் குறைபாடு இருப்பின் மாற்றுப் பிரதி உங்களுக்குக் கிடைக்கக் காலச்சுவடு ஏற்பாடு செய்யும்.

மின்னஞ்சல்: publisher@kalachuvadu.com

காலச்சுவடு நாகர்கோவில் தலைமையகத்துக்கும் கடிதம் அனுப்பலாம்.

தங்கள்

எஸ்.ஆர். சுந்தரம் (கண்ணன்)

பதிப்பாளர் — நிர்வாக இயக்குநர்

திருப்பாவை – எளிய விளக்கம் ♣ உரை ♣ பி.ஏ. கிருஷ்ணன் ♣ © பி.ஏ. கிருஷ்ணன் ♣ முதல் பதிப்பு: டிசம்பர் 2022 ♣ வெளியீடு: காலச்சுவடு, 669, கே.பி. சாலை, நாகர்கோவில் 629001 ♣ ஓவியங்கள்: கேசவ்

காலச்சுவடு பதிப்பக வெளியீடு: 1155

tiruppaavai – eLiya viLakkam: ♣ Commentry ♣ P.A. Krishnan ♣
© P.A. Krishnan ♣ Language: Tamil ♣ First Edition: December 2022 ♣
Size: Demy ♣ Paper: 18.6 kg maplitho ♣ Pages: 128

Published by Kalachuvadu, 669 K.P. Road, Nagercoil 629001, India ♣
Phone: 91-4652-278525 ♣ e-mail: publications@kalachuvadu.com ♣
Drawings: Kesav ♣ Printed at Mani Offset, Chennai 600077

ISBN: 978-93-5523-307-3

என் அருமைத் தங்கை சித்ராவிற்கு.
அவள் இருந்திருந்தால் புத்தகத்தைப் பார்த்து
அளவற்ற மகிழ்ச்சி அடைந்திருப்பாள்.

பொருளடக்கம்

முன்னுரை: கூடியிருந்து குளிர்ந்தேலோ	11
மார்கழித் திங்கள்	15
வையத்து வாழ்வீர்காள்!	18
ஓங்கி உலகளந்த!	22
ஆழிமழைக்கண்ணா!	25
மாயனை மன்னு வடமதுரை மைந்தனை!	29
புள்ளும் சிலம்பின காண்!	32
கீசுகீசென்று!	36
கீழ்வானம் வெள்ளென்று!	40
தூமணி மாடத்து!	43
நோற்றுச் சுவர்க்கம்!	47
கற்றுக்கறவை!	50
கனைத்திளம் கற்றெருமை!	53
புள்ளின் வாய் கீண்டானை!	57
உங்கள் புழக்கடை!	61
எல்லே இளங்கிளியே!	64
நாயகனாய் நின்ற!	68
அம்பரமே தண்ணீரே!	71
உந்து மதகளிற்றன்!	75
குத்து விளக்கெரிய!	79
முப்பத்து மூவர்!	83

ஏற்ற கலங்கள்!	87
அங்கண் மா ஞாலத்து!	90
மாரிமலை முழைஞ்சில்!	94
அன்றிவ் வுலகம்!	98
ஒருத்தி மகனாய்!	102
மாலே மணிவண்ணா!	106
கூடாரை வெல்லும் சீர்!	110
கறவைகள் பின் சென்று!	114
சிற்றஞ்சிறுகாலே!	118
வங்கக்கடல் கடைந்த!	123
உதவிய நூல்கள்	127

முன்னுரை

கூடியிருந்து குளிர்ந்தேலோ

ஒவ்வொரு மாதத்திற்கும் பிரத்யேக வண்ணங்கள் உண்டு. அந்தந்த மாதங்களில் நிகழக்கூடிய பண்டிகைகளின் சூழல்கள், தேசிய நிகழ்வுகள், அவரவர்க்கான சிறப்புத் தருணங்கள் என ஒவ்வொரு மாதமும் ஏதாவது ஒரு வர்ணம் தீட்டியபடிதான் துலங்குகிறது. எனக்கும் அது பொருந்தும். எனினும் மார்கழியை நினைக்கும்போதே மனம் குழைவதை மறுப்பதற்கில்லை. அதன் சீதோஷ்ண நிலையும் ஒரு காரணம் எனினும் கண்ணுக்குத் தெரியாத பனிப்பூச்சும் சுகந்தமும் மார்கழிக்கு உண்டு என்பது என் கற்பனை. அந்தக் கற்பனைக்கு வித்திட்டவள் ஆண்டாளாகக்கூட இருக்கலாம். மிக இளம் வயதிலேயே, என் சிறுமிப் பருவத்திலேயே அவள் எனக்குத் தோழியானாள். பொருள் புரியாமல் மனப்பாடமாகச் சொல்ல எளியவை திருப்பாவைப் பாடல்கள். ஆனால் மாடு அசைபோடுவதுபோல மீண்டும் வாசித்து அசைபோட்டு மகிழும் வண்ணம் இலக்கியக் கல்வி எனக்கு வாய்த்தது.

இலக்கியத்தின் மீதான, சொற்களின் மீதான தீராக் காதலை எழுப்ப வல்லவர்கள் ஆசிரியர்கள். எல்லா ஆசிரியர்களுக்கும் அக்கலை கைவருவதில்லை என்றாலும், அப்படிப்பட்ட ஆசிரியர்களை அடைந்தவர்கள் பெரும் பேறு பெற்றவர்கள். அனந்தகிருஷ்ணனுக்கு அவர் தந்தையே இலக்கிய ஆசிரியராயும் இருந்திருக்கிறார். திருப்பாவைப் பாடல்களுக்கான இந்தப் புதிய நவீன உரையில் நாம் அடிக்கடி காண்பது அனந்தகிருஷ்ணனின்

தந்தையார் பக்ஷிராஜன் அவர்களின் வைணவப் பற்றையும் தமிழ்க் காதலையும்.

நவீன உரை என்றேன் அல்லவா, ஆம் நவீன உரைதான். பட்டுப் பூச்சி சுற்றிச் சுற்றிக் கூடு கட்டுவதுபோல ஒவ்வொரு திருப்பாவைப் பாசுரத்தையும் சுற்றிச் சுற்றிக் கட்டப்பட்ட அழகழகான தகவல்களும் விளக்கங்களும் கொண்ட உரை. ஒவ்வொரு பாடலும் பட்டுக் கூடுபோல மிளிர்கிறது. ஒரு நல்லாசிரியர் மாணவரின் ஆர்வத்தை மேன்மேலும் பெருக்கச்செய்வார். அனந்தகிருஷ்ணன் ஒரு நல்லாசிரியர்.

ஒவ்வொரு இலக்கியப் படைப்பும் ஒரு நிலப்பரப்பை நம் கண்முன் கொண்டுவந்து நிறுத்த வல்லது. சங்க இலக்கியம் அதைச் சிறப்புறச் செய்கிறது. காந்தள் வேலியாக கொண்ட குறிஞ்சி நிலமும், ஞாழல் பூத்து உதிரும் நெய்தலின் கானலஞ் சோலைகளும், வாகையின் நெற்றுகள் ஆர்ப்பரிக்கும் பாலைநில வழியும் முதல் மழைக்கே மொட்டுவிட்ட முல்லையின் மணம் கமழும் புறவுகளுமாகச் சங்க இலக்கியம் காட்டும் நிலப்பரப்புகள் வசீகரமானவை.

அதே போன்றதொரு நில அழகை ஆண்டாள் திருப்பாவையில் தன் கற்பனைத் திறத்தாலும் சொல்லழகாலும் நம் கண் முன்னே கொண்டுவந்து நிறுத்துகிறாள். உண்மையில் இத்தகைய ஆயர்பாடி குடியிருப்பு இருக்கலாகாதா என்றே நம் மனம் ஆசைப்படுகிறது. கைட் நாவலைப் படமாக்கிய தேவ் ஆனந்த், ஆர்.கே. நாராயணனின் 'மால்குடி டேஸ்' கதைகளில் வரும் மால்குடியைப் பார்க்க வேண்டும் எனத் தொடர்ந்து அவரிடம் கேட்டபடியே இருந்தாராம். அது கற்பனையூர் எனப் பலமுறை ஆர்.கே. நாராயணன் எடுத்துக் கூறியும் தேவ் ஆனந்த் நம்ப மறுத்துவிட்டாராம். தம் சுயசரிதையில் ஆர்.கே. அதைப் பதிவு செய்திருக்கிறார்.

இல்லாத நிலத்தை எங்கே காட்டுவது? இலக்கியத்தின் ரசனையில்தான் அதை உய்த்துணர வேண்டும். இந்த உரை ஆயர்குடியின் அழகையும் அதோடு அழகானதொரு காலைப் பொழுதையும், அதுவும் பெண்களுக்கேயான காலைப் பொழுதையும் காட்டித்தருகிறது.

உரையாசிரியர்கள் என்போர் பாரசீகக் கம்பளத்தில் நம்மை அமரவைத்து ஊர் சுற்றிக் காட்டுபவர்கள். பருந்தின் பார்வையில் நாம் மொத்த அழகையும் ரசிக்க முடியும். அதே சமயம் வண்டின் பார்வையும் வாய்த்திருந்தால்தான் ஈங்கை மலர்களின்

குச்சங்களையும் ரசிக்க முடியும். இரண்டும் வாய்த்திருக்கிறது இந்த உரையில்.

தம் பரந்துபட்ட பல்துறை சார்ந்த அறிவை, தகவல் செறிவை அனந்த கிருஷ்ணன் இந்த உரையில் பகிர்ந்துகொண்டிருக்கிறார். அண்ணங்கராச்சாரியர், பி.ஸ்ரீ., கம்பன், பாரதி, திருமூலர், ஷேக்ஸ்பியர், ஷெல் சில்வர்ஸ்டைன் போன்றோரின் கருத்துகளும் வரிகளிலும் பாயசத்தின் முந்திரியாய் ருசிக்கின்றன.

சொற்கள் தனித்தனியாய் ஒரு அழகு காட்டுவன. இணைந்திருக்கும்போது வேறு அழகு காட்டுவன. உரை அதை எடுத்துக்காட்டுவதாய் அமைய வேண்டும். யசோதையின் கண்கள் அழகுறத் திகழ்வதற்குக் காரணம் அவை கண்ணனின் அழகைப் பருகியதால்தான் என்கிறது உரை. ஐயமும் பிச்சையும் என்ற தொடருக்கான அழகிய விளக்கமும் உண்டு. பெரும் பசுக்கள் வாங்கக் குடம் நிறைக்கும் வள்ளல்களாக ஆனது கண்ணனின் குழலோசையைக் கேட்டதால்தான் என்பது எவ்வளவு நயமான கற்பனை. வைணவ வியாக்யானங்கள் சார்ந்த குறிப்புகள், பக்திச் சுவை சார்ந்த குறிப்புகள், இலக்கிய நயம் தோய்ந்த குறிப்புகள், மானுட நேயம் காட்டும் குறிப்புகள், விவாதங்கள் எனப் பலதரப்பட்ட குறிப்புகள் உரையில் விரவி வருவது கூடுதல் சிறப்பு.

தீக்குறளை என்பதற்குத் திருக்குறள் எனப் பொருள்படுத்திக் காஞ்சிப் பெரியவர் சொன்னதனால் எழுந்த சர்ச்சை குறித்த சுவையான ஞாபகக் குறிப்புகளை உரை தொட்டுச் செல்கிறது. ‘வெள்ளி எழுந்து வியாழம் உறங்கிற்று’ எனும் வரியைத் தொட்டு வானியல் அறிஞர் சுவாமிக்கண்ணு பிள்ளை இது வானில் நிகழ்ந்த நாள் 731ஆம் ஆண்டு டிசம்பர் 18 எனக் கூறியிருப்பதைச் சுட்டிக்காட்டுவதோடு, அவரைப் பற்றி விரிவாக எழுத வேண்டும் என்றும் அனந்த கிருஷ்ணன் குறிப்பிட்டிருக்கிறார்.

ஆழிமழைக் கண்ணா பாடலில் மின்னலுக்கு உதாரணம் காட்டிய போர்னியா, படகுச் சவாரி நிகழ்வு சுவாரஸ்யம். தென்னிலங்கையைப் பறைச்சேரி என நாலாயிரப்படி உரை குறிப்பிட்டதைச் சுட்டிக்காட்டி அதைச் சாடவும் மறக்கவில்லை.

உரையின் பல இடங்களில் தம் தந்தை மூலமாகப் பெற்ற இலக்கிய, பக்திச் சுவை குறித்த பல குறிப்புகளைக் குறிப்பிட்டிருக்கிறார். நரசய்யாவின் எந்தையும் தாயும் என்ற புத்தகத்தில் தம் தந்தை, விடுதலைப் போராட்ட நிகழ்வுகள் குறித்த உணர்வுபூர்வமான சித்திரத்தைத் தம் மனதில் பதியவைத்தது

குறித்து எழுதியிருப்பார். அதுவும் நினைவில் எழுந்தது. பாக்கியம் செய்த புதல்வர்கள். *'East is red'* என்ற பதத்துக்கான விளக்கமும் அதில் காந்தியைப் பற்றிய குறிப்பும் அருமை.

இந்த உரை, சொல்லுக்குச் சொல் விளக்கம் அளித்துப் பாடலின் உரை கூறும் முறையில் அமைந்ததல்ல என்றாலும் முக்கியமான பல சொற்களுக்கு அழகிய விளக்கங்கள் வழங்கப்பட்டுள்ளன. எனினும் திருப்பாவையில் பயின்றுவரும் பறை என்ற சொல் குறித்த என் ஐயப்பாடு நீங்கவில்லை.

எல்லோரும் இன்புற்றிருக்கும் வண்ணம் 'கூடியிருந்து குளிர்ந்தேலோ' என உலகத்தவரை அழைக்கும் திருப்பாவையின் மையச் சரட்டை உரை தெற்றென விளக்கிவிடுகிறது.

அனந்தகிருஷ்ணனிடம் ஒரு கோரிக்கை. இதேபோல் நாலாயிரத் திவ்வியப் பிரபந்தத்திலும் தம் மனதுக்கு நெருக்கமான, முக்கியமான பாடல்களைத் தொகுத்து அதற்கும் உரை எழுதினால் சிறப்பாக இருக்கும். அவருக்குள் இருக்கும் சிறந்ததொரு ஆசிரியரைப் பார்க்கும் இன்னொரு சந்தர்ப்பமாக அது அமையும்.

சென்னை **சித்ரா பாலசுப்ரமணியன்**

2022, நவம்பர் *26*

மார்கழித் திங்கள்

என் தந்தைக்கு மிகவும் கோபத்தை வரவழைத்தது திருப்பாவை பெரியாழ்வாரால் எழுதப்பட்டது என்று சொல்லப்படும் வாதம் தான். "தமிழ் என்றால் என்ன என்று தெரியாத தடிப்பயல்கள் மட்டுமே இதுபோன்று வாதம் செய்ய முடியும்" என்பார். திருப்பாவையிலும் நாச்சியார் திருமொழியிலும் இருக்கும் பெண்தன்மை உலக இலக்கியங்களில் மிகவும் அரிதாகக் காணப்படுவது என்பார். "ஆசாரிய அபசாரம் என்றாலும் சொல்லித்தான் ஆக வேண்டும், திருப்பாவைக்குப் பெண் ஒருவர் வியாக்கியானம் எழுதியிருந்தால் இப்போது இருக்கும் வியாக்கியானங்களைவிட நன்றாக இருக்கும்" என்பார்.

அவர் சொன்னது, நான் படித்தது, படிப்பது, இவை எல்லாவற்றையும் வைத்துக் கொண்டு திருப்பாவை பற்றி எழுத முயல்கிறேன். முழு உரை அல்ல. அங்கொன்றும் இங்கொன்றுமாய். எனக்குத் தோன்றுபவற்றை.

இனி பாடல்:

மார்கழித் திங்கள் மதிநிறைந்த நன்னாளால்;
நீராடப் போதுவீர்! போதுமினோ, நேரிழையீர்!
சீர்மல்கும் ஆய்ப்பாடிச் செல்வச் சிறுமீர்காள்!
கூர்வேல் கொடுந்தொழிலன் நந்தகோபன்
                                                                  குமரன்,
ஏரார்ந்த கண்ணி யசோதை இளஞ்சிங்கம்,
கார்மேனிச் செங்கண் கதிர்மதியம்
                                                        போல்முகத்தான்
நாராயணனே, நமக்கே பறைதருவான்,
பாரோர் புகழப் படிந்தேலோ ரெம்பாவாய்.   1

அழகு மிக்க அணிகலன்களை அணிந்து கொண்டிருக்கும் எல்லாம் நிறைந்த ஆய்ப்பாடியின் செல்வங்களே! சிறுமிகளே! இது மார்கழி மாதம். வானத்தில் சந்திரன் முழுமையாக ஒளி தரும் நல்ல நாள். இன்று உலகம் எல்லாம் புகழ நோன்பு செய்து நீராட விரும்புபவர்கள் வாருங்கள். கூர்மையான வேலைக் கொண்டு கொடும்போர் புரியும் திறன் பெற்ற நந்தகோபனின் திருமகனும், அழகு மிளிரும் கண்களையுடைய யசோதையின் இளஞ்சிங்கமும், கரிய மேனியையும், சிவந்த கண்களையும், சந்திரனுக்கு சூரியனுடைய கதிர்கள் இருந்தால் அது எவ்வாறு பிரகாசிக்குமோ அவ்வாறு பிரகாசிக்கும் நாராயணன், நமது கண்ணன், அவனை முழுதும் நம்பும் நமக்கு நோன்பிற்கு வேண்டிய பறையைத் தருவான்.

பி.ஏ. கிருஷ்ணன்

இப்பாடலில் நந்தகோபன் கூர்வேல் கொடுந்தொழிலன் என்று குறிப்பிடப் பட்டிருக்கிறான். பசும்புல்லையும் சாக மிதியாத பரம சாதுவாம் நந்தகோபன். அவன் துருப்பிடித்த வேலை சாணை பிடித்துக் கூர் செய்து கொடுந்தொழில் செய்வதற்குத் தயாராக இருப்பதன் காரணம் கண்ணன். குழந்தை கண்ணனுக்கு எந்த ஆபத்தும் வந்துவிடக் கூடாதே என்ற அச்சம்தான். அதே போன்று கண்ணனை கண் கொட்டாமலே பார்த்துக் கொண்டிருப்பதால் யசோதையின் கண்கள் பேரழகு பெற்று விட்டனவாம் கண்ணழகியாகி விட்டாளாம்.

அண்ணங்கராச்சாரியர் கடைசி வரியை "பாரோர் புகழப் படிந்து, நாராயணன் நமக்குப் பறை தருவான்" என்று வரிசைப்படுத்த வேண்டும் என்பார். அதாவது பக்தர்கள் கீறிய கோட்டைத் தாண்டாத பணிவை உடையவன் இறைவன். நமக்காகப் பிறக்கும் நாயகன்.

கதிர் மதியம் என்றால் சூரியனைப் போல வெப்பத்தையும் சந்திரனைப் போல குளிர்ச்சியையும் தரக்கூடியவன். இதை ஒட்டித்தான் பாரதி "சுட்டும் விழிச் சுடர்தான் கண்ணம்மா, சூரியச் சந்திரரோ" என்கிறார்.

ஆண்டாள் பறை என்ற சொல்லைப் பல தடவைகள் பயன்படுத்துகிறார். வியாக்கியானக்காரர்கள் அதை வியாஜம் என்கிறார்கள். அதாவது ஒரு pretense. ஒரு காரணம். போலிக்காரணமாகக்கூட இருக்கலாம். இறைவனுக்கு அருள் புரிய ஒரு வாய்ப்புக் கொடுப்பது. ஆனால் தென்கலையாருக்கு அதுவும் தேவையில்லை என்று நினைக்கிறேன். நீ செய்ய வேண்டியதைச் செய்து கொண்டிரு அவன் நிச்சயம் பறைதருவான், அருள்புரிவான் என்று ஆண்டாள் சொல்கிறதாகவும் கொள்ளலாம். நம்மாழ்வார் அருளிச்செய்தபடி "வைகுண்டம் புகுவது மண்ணவர்விதியே".

நோன்புதான் வியாஜம் பறை அதன் பலன் என்று சொல்கிறவர்களும் இருக்கிறார்கள். நாட்டுக்கு நோன்பு, நமக்குப் பறை என்று வியாக்கியானம் சொல்கிறது. அதாவது செய்ய வேண்டியதைச் செய்து கொண்டிரு அவன் செய்வதைச் செய்வான். வழிப்பறிக்காரனுக்கும் வயிற்றிற்குச் சோறிட வேண்டும் அப்படிச் சோறிடாதவனுக்கும் பசிக்குமே என்று நாலாயிரப்படி சொல்கிறது. எனவே பறை என்பதைத் தனியாக எடுத்துக் கொள்ளக் கூடாது என்று நான் நினைக்கிறேன். நாம் வாழ்க்கையில் செய்யும் ஒவ்வொரு செயலும் ஏதும் செய்யாமல் இருப்பதும் வியாஜம்தான். பி.ஸ்ரீ. சொல்கிறார்: நோன்புக்கு வேண்டிய வாத்தியங்களில் ஒன்று பறை. இது வியாஜம். கண்ணனோடு உறவு கொண்டு அவனுக்குப் பணி செய்வது. நீராடுவதும் வியாஜம்தான்.

வையத்து வாழ்வீர்காள்!

வையத்து வாழ்வீர்காள்! நாமும் நம்பாவைக்குச்
செய்யுங் கிரிசைகள் கேளீரோ! பாற்கடலுள்
பையத் துயின்ற பரமன் அடி பாடி,
நெய்யுண்ணோம்; பாலுண்ணோம்;
நாட்காலே நீராடி
மையிட்டெழுதோம்; மலரிட்டு நாம் முடியோம்;
செய்யாதன செய்யோம்; தீக்குறளை
சென்றோதோம்;
ஐயமும் பிச்சையும் ஆந்தனையும் கைகாட்டி
உய்யுமா றெண்ணி உகந்தேலோ
ரெம்பாவாய். 2

உலகெங்கும் வாழ்பவர்களே! இறைவனிடம் சேரும் வழி கிடைத்து விட்டது என்று மகிழ்ச்சி கொள்ளுங்கள்! நாம் செய்யும் பாவை நோன்புதான் அவ்வழி. அதன் சடங்குகளைக் கேளுங்கள். பாற்கடலில் அறிதுயில் கொள்ளும் அவன் திருவடிகளைப் புகழ்ந்து பாடுவோம். அதிகாலையில் நீராடுவோம். தானமும் பிச்சையும் நம்மால் இயன்ற அளவிற்கு, நாம் கொடுத்தோம் என்ற அகந்தை கொள்ளாமல் கொடுப்போம். நெய்யும் பாலும் உண்ண மாட்டோம். தலையில் பூச்சூட மாட்டோம். செய்யக்கூடாத செயல்களைச் செய்ய மாட்டோம். கண்ணனிடம் பிறர்க்குத் தீங்கு ஏற்படக்கூடிய கோள்களைச் சொல்ல மாட்டோம்.

ஆண்டாள் திருப்பாவை முழுவதும் எல்லோரையும், வையத்தில் வாழ்பவர்கள் எல்லோரையும், கருத்தில் கொண்டுதான் பேசுகிறார். அவருடைய தந்தை "தொண்டக்குலம்" (வைணவ அடியார்கள்

கூட்டம்) என்று சொன்னால், இவர் ஒருபடி மேலே சென்று வையம் முழுவதையும் சேர்த்துக் கொள்கிறார்.

எல்லோராலும் வேதம் ஓதமுடியாது, எல்லோராலும் நித்தியானுசந்தானம் (தினப்படிச் சொல்லும் பாடல்கள்) செய்ய முடியாது. மார்கழி மாதத்தில்கூட செய்ய முடியாது. ஆனால் இறைவனைத் தொழ முடியும், காலையில் நீராட முடியும். தானம் செய்ய முடியும், ஆந்தனையும் என்றால் முடிந்த அளவு. இதையே திருமூலரும் சொல்கிறார்:

யாவர்க்குமாம் இறைவற்கு ஒரு பச்சிலை
யாவர்க்குமாம் பசுவுக்கு ஒரு வாயுறை
யாவர்க்குமாம் உண்ணும் போதொரு கைப்பிடி
யாவர்க்குமாம் பிறர்க்கு இன்னுரை தானே.

“இன்னுரைதான். தீக்குறளை அன்று, கடுஞ்சொற்களை, அடுத்தவரைப் பற்றிக் குறை கூறும் சொற்களைச் சொல்ல மாட்டோம்” என்று ஆண்டாள் சொல்கிறார்.

ஏன் மையிடக் கூடாது? ஏன் மலர் சூடக் கூடாது? கண்ணனைக் காணாமல் கண்கள் அழகு பெறக் கூடாது. அவன் காலடியில் கிடந்த மலரைத்தான் முதலில் சூடிக் கொள்ள வேண்டும். ஆண்டாள் மட்டும்தான் சூடிக் கொடுத்த சுடர்க்கொடி. இங்கு அவர் தன்னைப் பற்றிப் பேசவில்லை. வையத்தில் வாழ்பவர்கள் அனைவரையும் பற்றிப் பேசுகிறார் என்பதை மீண்டும் நினைவில் கொள்ள வேண்டும்.

ஐயம் என்றால் தகுதியுடைய பெரியவர்களுக்கு வேண்டும் காலத்தில் உதவுவது. பிச்சை என்றால் வேண்டி வருபவர்களுக்குக் கொடுப்பது என்று பெரியவர்கள் சொல்கிறார்கள். மேலும் ‘ஆந்தனையும் கைகாட்டி’ என்பதற்கு பொருள் பெறுபவர்கள் மனநிறைவு பெறும் வரையில் கொடுக்க வேண்டும் என்பது மட்டுமல்ல, நாம் நிறையக் கொடுத்து விட்டோம் என்ற நிறைவு நமக்கு வந்து விடக்கூடாது என்பதும்தான்.

ஐயம் என்றால் பெருமானின் புகழ் பாடுதல் என்றும் பொருள். பிச்சை என்றால் பாகவதர்களின், அதாவது அடியார்களின் புகழ் பாடுதல். இரண்டையும் முடிந்த அளவிற்குச் செய்ய வேண்டும் என்றும் அறிஞர்கள் சொல்கிறார்கள்.

ஆண்டாள் ப்ரவிருத்தி, நிவிருத்தி என்பதைப் பற்றியும் சொல்கிறார் என்று வியாக்கியானக்காரர்கள் கருதுகிறார்கள். ப்ரவிருத்தி என்றால் பற்றிக் கொள்ள வேண்டியவை. பரமன் அடி பாடுதல். காலையில் நீராடுதல். ஐயம், பிச்சையிடுதல். நிவிருத்தி என்றால் விட வேண்டியவை. நெய், பாலுண்ணாமை.

கண்மையிடாமை. பூச்சூடாமை. செய்யத்தகாதவை என்று கருதப்படுபவற்றைச் செய்யாமை. தீய சொற்களைப் பேசாமை.

இவையெல்லாம் நிச்சயம் செய்ய வேண்டுமா? நிச்சயம் என்று ஆண்டாள் சொல்லவில்லை என்றுதான் நினைக்கிறேன். முடிந்த அளவு – ஆந்தனையும் – என்றுதான் ஆண்டாள் சொல்கிறார். விரத நாட்களில் குழந்தைகள் விரதம் இருந்தாலும், பசி தாங்காதே என்று அன்னை ரகசியமாக தந்தைக்குத் தெரியாமல் குழந்தைகளுக்குத் தின்பண்டங்கள் கொடுப்பதில்லையா? அதே போலத்தான் ஆண்டாள் சொல்பவையும். முடியாவிட்டால் இறைவன் அளிப்பான் என்பது உட்பொருள்.

என் தந்தை சொல்வார். "ஆயர் குலத்தவர் என்று தங்களை எண்ணிக்கொண்டிருப்பவரை பாலும் நெய்யும் உண்ணாதே என்று சொல்வது, ஐயங்கார்களைப் புளியோதரை பக்கம் போகாதே என்று சொல்வதைப் போன்றது. அது நடக்கக்கூடியதா?"

ஆண்டாள் தீக்குறளைச் சென்றோதோம் என்பது திருக்குறளை என்று கூசாமல் சொல்கிறவர்களும் இருக்கிறார்கள். சங்கராச்சாரியாரையும் இழுக்கிறார்கள். "தீக்குறளைச் சென்றோதோம்" சொற்றொடருக்குப் பொருள் எளிமையாகச் சொல்ல வேண்டுமானால் கோள் சொல்ல மாட்டோம் தீய சொற்களைப் பேச மாட்டோம்" என்பதுதான்.

இதற்கு 'ஒரு விரதத்தில் அதிகரித்தவர் தீய சொற்களைச் சொல்வதைத் தவிர்க்க வேண்டும் என்பது விதியாதலால் அவ்விதிக்கிணங்க சங்கற்பித்துக் கொள்கிறாரென்க' என்று அண்ணங்கராச்சாரியர் பொருள் சொல்கிறார்.

ஆறாயிரப்படி எழுதிய அழகிய மணவாளப் பெருமாள் நாயனார் (14ம் நூற்றாண்டு) தீக்குறளைச் சென்றோதோம் என்பதற்குச் சொல்லும் உரை இது: *தீக்குறளைச் சென்றோதோம்: பேய்ப் பெண்ணே – என்று வையவும் கடவோம் – நாயகப் பெண் பிள்ளாய் – என்று காலிலே விழவும் கடவோம் – அவன் செவிப் படுத்தோம் – பத்து மாசம் சுற்றி இருந்து ராக்ஷஸிகள் பண்ணின தர்ஜன பத்சநாதிகளை ஏகாந்தத்திலும் பெருமாளுக்கு விண்ணப்பம் செய்யாத பிராட்டியைப் போலே – சென்று ஓதோம் – அவன் தான் கலந்து நின்று அறியுமாகில் செய்யலாவது இல்லை – சென்று ஓதோம்: பிறர் செய்யுமவை அறிவிக்கச் சென்றாலும் அவன் முகத்தில் தண்ணளி கண்டால் அறிவிக்க ஒண்ணாதபடி இருக்குமே, சச நித்யம் ப்ரசாந்த்தாத்மா – என்று இறே இருப்பது.*

அதாவது எங்களுக்குள்ளே பேசிக் கொள்வோமே தவிர அவன் காது கேட்கச் சொல்ல மாட்டோம். அதாவது ராட்சசிகள் அவரைத் துன்புறுத்திக் கடுஞ்சொற்கள் பேசியதை ராமனிடம் தனியாக இருக்கும்போதுகூடச் சொல்லாத சீதையைப் போல. அவனுக்குத் தெரியாதது இல்லை. அப்படியே அவனிடம் கோள் சொல்லச் சென்றாலும் அவன் முகத்தின் ஒளியைக் கண்டவுடனேயே தீய சொற்களை அவனிடம் கொண்டு செல்ல மனம் இடம் கொடுக்காது.

இதே போன்று ஈராயிரப் படி, மூவாயிரப்படி, நாலாயிரப்படி என்று பல வைணவ வியாக்கியானங்கள் இருக்கின்றன. இவற்றில் ஒன்றுகூட திருக்குறளைப் பற்றிப் பேசவில்லை. வைணவர்கள் திருக்குறளை மிக உயர்வாக மதித்தவர்கள். திருக்குறளின் மிகச் சிறந்த உரையாகக் கருதப்படுவது பரிமேலழகருடையது. அவர் வைணவர்.

காஞ்சி சங்கராச்சாரியார் ஆண்டாளில் தீக்குறள் திருக்குறள்தான் என்று சொன்னது உண்மை. வைணவர்களிடமிருந்து பலத்த கண்டனங்கள் எழுந்ததும் அவர் ஒரு விளக்கம் அளித்தார். 5. 12. 63இல் குமுதத்தில் வந்தது:

"பாவையர் நோன்பு காலத்தில் இனிமையான (திருக்) குறளைக்கூட ஓதமாட்டோம் இறைவன் நினைவில் ஆழ்ந்துவிடுவோம் என பாவையர் கூறுவதாகப் பொருள் கொள்ளலாம் என்றுசொன்னேன், அப்படி நான் புதிதாக விளக்கப் புகுந்தது (திருக்)குறளின் பெருமையை வலியுறுத்துவதற்காகத்தானே தவிர அதைக் குறைவு படுத்துவதற்காக அல்ல..! உரை சொன்னது பொருந்தியதா பொருந்தவில்லையா என்பது வேறு; உரை சொன்னதன் உள்நோக்கம் குறட் பெருமையை உணர்த்துவதற்குத்தான்."

ஓங்கி உலகளந்த!

ஆண்டாளைப் படிக்கும் போது நாம் ஒன்றை நினைவில் வைத்துக் கொள்ள வேண்டும். அவர் காட்டும் உலகம் அவர் மனதில் பிறந்த உலகம். அவர் வாழ்ந்த உலகமும் அவர் பாடல்களில் வருகின்றது. ஆனால் மனதில் பிறந்த உலகமே முதன்மை பெறுகிறது.

“சீர்மல்கும் ஆய்ப்பாடிச் செல்வச்சிறுமிகள்” அவர் கற்பனையின் சிறுமிகள். தான் வாழும் உலகம் எவ்வாறு இருக்க வேண்டும் என்ற கனவை அவர்களோடு சேர்ந்து தன் அழியாப் பாடல்களின் மூலம் நம் கண்முன் நிறுத்துகிறார். ஆண்டாள் தனக்காகப் பாடவில்லை. வையத்தில் வாழ்பவர்களுக்காகப் பாடுகிறார். அவர்களுக்கு இறையருள் கிடைக்கும் என்ற உறுதியோடு பாடுகிறார்.

இப்பாடல் ஆண்டாளின் பரந்த பார்வைக்கு ஓர் உதாரணம்.

ஓங்கி உலகளந்த உத்தமன் பேர்பாடி
நாங்கள் நம் பாவைக்குச் சாற்றி நீர்
ஆடினால்,
தீங்கின்றி நாடெல்லாம் திங்கள் மும்மாரி பெய்து
ஓங்கு பெருஞ்செந்நெல் ஊடு கயல் உகளப்
பூங்குவளைப் போதில் பொறிவண்டு கண்படுப்ப,
தேங்காதே புக்கிருந்து சீர்த்த முலைபற்றி
வாங்கக் குடம் நிறைக்கும் வள்ளல்
பெரும்பசுக்கள்
நீங்காத செல்வம் நிறைந்தேலோ ரெம்பாவாய்.
3

22 பி.ஏ. கிருஷ்ணன்

யாராலும் எட்ட முடியாத உயரத்திற்கு வளர்ந்து உலகங்களையெல்லாம் அளந்த உத்தமனாகிய திருமாலின் பெயர்களைப் பாடி நாங்கள் பாவை நோன்பை நோற்பது என்ற திடமான எண்ணத்தோடு நீராடினால் அதன் பயன் உடனே கிடைக்கும். மழை மிதமாக, தீங்கிழைக்காமல் மாதம் மூன்று தடவைகள் நாடெங்கும் பெய்யும். செந்நெல் உயரமாக பருமனான நெற்களைக்கொண்டு வளரும். பயிர்களின் இடையே மீன்கள் துள்ளும். குவளை மலர்களில் தேனுண்ட மயக்கத்தில் உடல்களில் புள்ளிகளை உடைய வண்டுகள் உறங்கும். என்றும் அழியாத செல்வத்தை நமக்குத் தருகின்ற வள்ளல்களாகிய பெரிய பசுக்கள் பால் கறப்பவர்களைச் சலிக்க வைக்காமல், மடியில் கையை வைத்த உடனேயே பாற்குடங்களை நிறைத்து விடும்.

சிறுமிகள் பாவை நோன்பிருந்து நீராடினால் உலகமே நீங்காத செல்வம் பெற்று நிறையும் என்று ஆண்டாள் சொல்கிறார். எல்லோரும் இன்புற்றிருக்க வேண்டும் என்ற இந்த இழை திருப்பாவை முழுவதும் ஓடிக் கொண்டிருக்கிறது. வாழ்க்கை தரும் துன்பங்களின் நிழல்கள் படாத பருவத்தினர் ஆண்டாளின் சிறுமிகள். அவர்களின் நம்பிக்கை நம்மை வியக்க வைக்கிறது.

வைணவர்கள் இறைவனுடைய நிலைகளாக ஐந்தைக் கருதுகிறார்கள். அவை பரம், வியூகம், விபவம், அந்தர்யாமி, அர்ச்சை என்பவை.

"விண்மீதிருப்பாய்! மலைமேல் நிற்பாய்! கடல்சேர்ப்பாய்! மண்மீதுழல்வாய்! இவற்றுளெங்கும் மறைந்துறைவாய்!" என்று நம்மாழ்வார் சொல்கிறார்.

விண்மீது நாராயணனாக பரமபதத்தில் இருப்பது பரம். கடல் சேர்ப்பாய் என்பது வியூகம். பாற்கடலில் பள்ளி கொண்டிருப்பது. மண் மீது உழல்வாய் என்பவது விபவம். அவன் எடுக்கும் அவதாரங்கள். மறைந்துறைவாய் என்பது அந்தர்யாமி. எல்லாவற்றிலும் இறைவன் இருக்கிறான் என்று பொருள். மலை மேற் நிற்பாய் என்பது அர்ச்சை. சிலையாக நிற்பது. "கலிநாளுக்கிரங்கி கல்லிலே இறங்கி நிலையாக கோவிலில் நிற்கின்றாய் கேசவா" என்று ராஜாஜி தன் குறைவொன்றும் பாடலில் இந்நிலையைத்தான் குறிப்பிடுகிறார்.

ஆண்டாள் முதல் பாடலில் நாராயணனே என்று பரமபத நாயகனைக் குறிப்பிடுகிறார். இரண்டாம் பாடலில் பையத்துயின்ற பரமன் என்று வியூக நிலையைக் குறிப்பிடுகிறார். மூன்றாவது பாடலில் ஓங்கி உலகளந்த உத்தமன் என்று விபவ நிலையை அவன் எடுத்த அவதாரத்தைக் குறிப்பிடுகிறார்.

திருப்பாவை – எளிய விளக்கம்

அவன் உத்தமன். ஏன்?

பிறரைத் துன்புறுத்தி தான் வாழ வேண்டும் என்று நினைப்பவன் அதமன். பிறரும் தானும் வாழ வேண்டும் என்று நினைப்பவன் மத்தியமன். தன்னை வருத்தி பிறர் வாழ வேண்டும் என்று நினைப்பவன் உத்தமன். வாமன அவதாரத்தில் இறைவன் தன்னை "ஆலமர் வித்தின் அருங்குறளாக" குறுக்கிக் கொள்கிறான். பிட்சை கேட்கிறான். பிட்சை கிடைத்ததும் மூவுலகையும் தன் காலால் அளக்கிறான். தனக்காக அல்ல, பிறருக்காக. எனவேதான் அவன் உத்தமன்.

உத்தமன் பேர் பாடாமல் வேறு யார் பெயரைப் பாடுவது? வேறு எந்தப் பெயரும் இல்லை. "கங்கையாடப் போமவனுக்கு வேறொரு குழியில் மூழ்கிப் போகவேணுமோ" என்று ஆறாயிரப்படி சொல்கிறது.

திங்கள் மும்மாரி என்கிறார் ஆண்டாள். "ஒன்பது நாள் வெய்யில் ஒரு நாள் மழை" என்பதுதான் மாதம் மும்மாரி. நமக்குத் தொல்லை கொடுக்காத மாரி. பொறிவண்டு கண்படுப்ப என்ற சொற்றொடருக்கு வண்டுகள் அரசகுமாரர்கள் அன்னத்தின் இறகு பொதிந்த மெத்தையில் உறங்குவது போல பூக்கள் மீது உறங்குகின்றன என்று வியாக்கியானக்காரர்கள் சொல்கிறார்கள்.

வாங்கக் குடல் நிறைக்கும் வள்ளல் பெருபசுக்கள் –கைபட்ட உடனே பாற்குடத்தை நிறைக்கும் பசுக்கள். அவற்றிற்கு வள்ளல்தன்மை எவ்வாறு வந்தது? கண்ணன் அருளால், அவன் குழலோசை கேட்டதால் என்கிறார்கள் உரையாசிரியர்கள்.

சிறுவிரல்கள் தடவிப் பரிமாறச் செங்கண்கோடச் செய்யவாய்
கொப்பளிப்பக்

குறுவெயர்ப் புருவம் குடிலிப்பக் கோவிந்தன்குழல்கொடு
ஊதின போது

பறவையின் கணங்கள் கூடு துறந்து வந்துசூழ்ந்து
படுகாடுகிடப்பக்

கறவையின் கணங்கள் கால் பரப்பிட்டுக் கவிழ்ந்துஇறங்கிச்
செவிஆட்டகில்லாவே.

இது ஆண்டாளின் தந்தை பெரியாழ்வாரின் திருமொழி. கண்ணன் குழலூதுவதை அசைபோடும் மயக்கத்தில் பால் பெருகுகிறதாம். "புல்லால் வளருகிறவையன்றே. தீங்குழலோசை அசையிட்டிறே வளருவது" என்று வியாக்கியானம் சொல்கிறது.

ஆழிமழைக்கண்ணா!

சில வருடங்களுக்கு முன்னால் என் மகனும் நானும் போர்னியோ (மலேசியப் பகுதி) சென்றிருந்தோம். ஸபா மாநிலத்தில் கினபடாங்கன் என்ற நதியில் படகுப் பயணம். எல்லாம் நன்றாகச் சென்றுகொண்டிருக்கும் போது, மழை வரும் அறிகுறிகள் தென்பட்டன. வானம் கறுத்துக் கொண்டே வந்தது. கண்ணுக்கு எதிரே, மிக அருகாமையில், பளீரென்று இதுவரை நான் கண்டிராத பிரகாசத்துடன், மின்னல் ஆற்றில் இறங்கியது. உடனே பெரும் சத்தம். இடிமுழக்கம் என்பதின் முழுப் பொருளை அன்றுதான் உணர்ந்தேன். இன்னும் அருகே மின்னல் இறங்கியிருந்தால் ஒரு நொடியில் கருகியிருப்போம் என்று படகோட்டி சொன்னார். மயிரிழையில் தப்பித்தோம். பெருத்த மழையினூடே ஒருவழியாகச் சேர வேண்டிய கரைக்குச் சேர்ந்தோம். தங்கியிருந்த அறையின் பாதுகாப்பைத் தழுவிக் கொண்ட பிறகுதான் பதட்டம் அடங்கி, உயிர் திரும்பியது. அப்போதுதான் ஆண்டாளின் பாசுரம் நினைவிற்கு வந்தது. "ஆழியுள் புக்கு முகந்து கொடு ஆர்த்தேறி" என்ற வரியின் உண்மையான பொருள் உறைத்தது. கண்ணுக்கு நேரே மின்னல் இறங்கி இடி முழங்கி, கரிய கடவுள் ஆற்று நீரை முகந்து கொண்டு சென்றிருக்கிறார் என்று தோன்றியது. நான் பார்த்தது ஒரு நதிப்பரப்பில் மின்னல் – இடி நாடகம். ஆண்டாள் சொல்வது ஆழியை. உலகைச் சுற்றியிருக்கும் பெரும் கடலை. கடலில் கண்ணன் செய்யும் விந்தையை.

ஆண்டாளின் பாடல்:

ஆழி மழைக்கண்ணா! ஒன்று நீ கைகரவேல்
 ஆழியுள் புக்கு முகந்துகொடு ஆர்த்தேறி,
ஊழி முதல்வன் உருவம்போல் மெய்கறுத்து
 பாழியந் தோளுடைப் பற்பநா பன்கையில்
ஆழிபோல் மின்னி, வலம்புரிபோல் நின்றதிர்ந்து,
 தாழாதே சார்ங்கம் உதைத்த சரமழைபோல்
வாழ உலகினில் பெய்திடாய், நாங்களும்
 மார்கழி நீராட மகிழ்ந்தேலோ ரெம்பாவாய். 4

கடல் போல் பொழியும் மழைக்குத் தலைவனே! மழைநிறம் கொண்ட கண்ணா! நீ ஒன்றும் தக்க வைத்துக் கொள்ளாமல் கையில் இருப்பதையெல்லாம் கொடு. கடலில் புகுந்து நீரை முகர்ந்து ஆரவாரம் செய்து கொண்டு வானில் ஏறி, காலங்களுக்கெல்லாம் காரணமும் முதல்வனுமான நாராயணனின் உருவம் போல கரிய நிறம் பெற்று, வலிமை மிக்க தோள்களை உடைய பத்மநாபன் என்று அழைக்கப்படும் திருமாலின் கைகளில் இருக்கும் சக்கரம் போல ஜொலித்து, வலம்புரிச் சங்கு போல தொடர்ந்து இடிமுழக்கம் செய்து, அவனுடைய சார்ங்கம் என்ற வில்லில் இருந்து புறப்பட்ட அம்புகள் போல தாமதமில்லாமல் பெய்து உலகை வாழ்விப்பாய். நாங்களும் மார்கழி நீராடி மகிழ்வோம்.

தமிழ் இலக்கியத்தின் அரிய செல்வங்களில் ஒன்று ஆண்டாளின் இப்பாடல்.கவிஞர்கள் கண்ணுக்குத் தெரியும் இயற்கையின் வடிவங்களையும் நிகழ்வுகளையும் உதாரணமாகக் காட்டி இறையுருவின் பரிமாணங்களை நமக்குக் காட்ட முயல்வார்கள். 'கார்மேகம் போன்றவன்' 'கடலினும் பெரிய கண்கள்' 'பவளச் செவ்வாய்' போன்ற பல உதாரணங்களைச் சொல்லலாம். ஆனால் ஆண்டாள் இப்பாடலில் நேர் எதிராகச் சொல்கிறார். மேகத்தின் வண்ணம் – ஊழி முதல்வன் உருவம்;. மின்னலின் ஒளி – இறைவன் கையில் இருக்கும், ஆழியின் (சக்கரத்தின்) ஒளி; இடிமுழக்கம் – இறைவனின் இன்னொரு கையினில் இருக்கும் வெண்சங்கின், பாஞ்சஜன்யத்தின் அதிர்வு. மழை பொழிவது – சார்ங்கம் என்ற இறைவனின் வில்லில் இருந்து புறப்பட்ட அம்புகள்.

இங்கு 'வாழ' என்ற சொல் முக்கியமானது. இயற்கை வாழவும் வைக்கும். உயிர்களையும் வாங்கும். இறைவன் கையில் இருக்கும் ஆயுதங்களும் அவ்வாறுதான். ஆண்டாள் இங்கு தெளிவாக வாழ்விற்காக, மகிழ்ச்சிக்காகப் பாடுகிறார். மக்களை வாழ வைக்க மழை பெய்தால்தான் நாங்கள் மகிழ்வோம் என்று சொல்கிறார். உலகம் முழுவதும் மழை பெய்ய வேண்டும் என்கிறார்.

'மழைக்கண்ணா' என்று ஆண்டாள் சொல்வது வருணதேவனை என்று உரையாசிரியர்கள் சொல்கிறார்கள். அவன் கண் மட்டும் மழையன்று. "'ஜகத்தை ஈரக்கையாலே தடவி நோக்கவல்லன்' என்று ஈஸ்வரனாலே மதிக்கப்பட்டவனல்லையோ நீ" என்றும் அவர்கள் சொல்கிறார்கள். எனவேதான் 'கைகரவேல்' என்றும் ஆண்டாள் சொல்கிறாள். கொடுக்க வேண்டியதை தாராளமாகக் கொடு குறைத்துக் கொடுத்து விடாதே என்கிறார். இது இறைவனின் ஔதார்யத்தை, வள்ளல்தன்மையைக் காட்டுகிறது என்றும் சொல்லலாம்.

இன்னொன்றும் சொல்லப்படுகிறது. எல்லையில்லாக் கடவுளான இறைவனின் குணக்கடலில் புகுந்து, அனுபவித்து, அதை உள்ளே அடக்கி கொண்டு உலகம் முழுவதும் சென்று மற்றவர்களுக்கு வழங்கும் அறிஞர்கள்தாம் மேகங்கள். 'திருமாலின் திருமேனி ஒக்கும்' பேறு பெற்று எங்கும் செல்பவர்கள் அவர்கள். இறைவனிடம் சிலர் கேட்டார்களாம்: "நீயே பிரபு என்றிருந்தோம், உன்னையொழியவும் சிலருண்டோ ?" அதற்குக் கண்ணன் கூறிய பதில்: "சோறும் தண்ணீரும் தாரகமாக இருப்பார்க்கு நான் பிரபு, ஸ்ரீவைஷ்ணவர்கள்தான் எனக்குப் பிரபுக்கள்". உங்களுக்கு ஏதாவது செய்ய வேண்டும் என்று வருணன் வேண்டிக்கேட்க இவர்கள் அவன் தொண்டு செய்ய அனுமதித்தார்களாம். 'இவர்களை வர்ஷதேவதை அடியேனுக்கு ஒரு கிஞ்சித்காரம் நியமித்தருள என்று பிரார்த்திக்க, இவர்கள் அவனுக்குக் கைங்கர்யம் நியமித்தபடியைச சொல்கிறது' என்று ஸ்வாபதேச வியாக்கியானம் சொல்கிறது.

ஆழிமழைக்கண்ணா பாட்டில் ஆண்டாள் தமிழர் அறிவியலைக் காட்டுகிறார் என்று சிலர் சொல்கிறார்கள்.

ஆண்டாள் சொல்வது அறிவியல் அன்று.ஒரு நிகழ்வைப் பற்றி பாடுவதும் அறிவியல் கொள்கையும் ஒன்றாகாது. அன்றிருந்தவர்கள் தாங்கள் கண்டவற்றைப் பதிவு செய்திருக்கிறார்கள். அதுவும் இறைவன்தான் அவ்வாறு செய்கிறான் என்று தெளிவாகச் சொல்கிறார்கள். உலகில்நீர் அதிகம் இருக்கும் இடம் கடல். ஆறுகளெல்லாம் அதில்தான் கலக்கின்றன.வானத்தில் தண்ணீர் இல்லை என்பதும் எல்லோருக்கும் தெரியும்.மழைஎவ்வாறு பெய்கிறதுஎன்பது ஊகிப்பதும் கடல் நீர்தான் வானத்தை சென்றடைகிறது என்ற முடிவிற்கு வருவது அவ்வளவு கடினம் இல்லை.

ஆனால் *Water Cycle* – நீர்ச் சுழற்சி – என்பது தவறாமல், இடையறாது நடக்கும் ஒன்று என்று அறிவியல் சொல்கிறது. இடி மின்னல், மழை போன்றவை அவற்றின் இரு அங்கங்களின் வெளிப்பாடுகள். அதாவது *evaporation, condensation, precipitation* (ஆவியாதல், மறுபடியும் நீராக மாறுதல், பொழிதல்) என்ற மூன்றுஅங்கங்களின் முக்கியமாக *condensation* போது நடப்பவைதாம் மேகங்கள் உருவாவது, இடி மின்னல் போன்றவை. மழை, பனிப் பொழிவு போன்றவை *precipitation* போது நடக்கின்றன.

மாயனை மன்னு வடமதுரை மைந்தனை!

ஆண்டாளின் ஐந்தாவது பாட்டை நினைக்கும் போதெல்லாம் அண்ணங்கராச்சாரியர் நினைவும் கூடவே வரும். அவரைச் சந்திக்க என் தந்தை கூட்டிச் சென்ற போது அவர் உடல்நலம் வெகுவாகக் குன்றியிருந்தது. பேச்சு மெல்லிதாக இருந்தது.

"சுவாமி திருமேனி இன்னும் க்ஷீணமாகத்தான் இருக்காப்பல தோன்றதே."

"வாசித்தும் கேட்டும் வணங்கி வழிபட்டும் பூசித்தும் போக்கினேன் பொழுதுன்னு ஆழ்வார் சாதிச்சிருக்கார். வாசிக்கறத்துக்கு கண்ணு சரியாத் தெரியல்ல. கேக்கறத்துக்கு காதில்ல. சாஷ்டாங்கமா பெருமாளைச் சேவிக்கறத்துக்கு கால் முட்டு இடம் கொடுக்க மாட்டேங்கறது. ஆண்டாள் சொன்ன மாதிரி வாயினால் பாடி மனதினால் சிந்தித்து பெருமாளைப் பூசிக்கறேன். அதையாவது செய்ய முடியற பாக்கியத்தைக் கொடுத்திருக்காரேங்கிற சந்தோஷத்தோடு இருக்கேன்." பக்தி கொடுக்கும் சமன்பாடு எல்லாப் பக்தர்களுக்கும் வாய்க்காது.

இப்பாடலைப் பெரியவர்கள் விளக்கம் சொல்லிக் கேட்டால்தான் அதன் உள்ளே பொதிந்திருக்கும் ரத்தினங்கள் வெளிப்படும். திருவாய்மொழியில் நம்மாழ்வார் 'உணர்ந்து உணர்ந்து உரைத்து உரைத்து இறைஞ்சுமின்'னு

திருப்பாவை – எளிய விளக்கம் 29

சாதிக்கறார். ஆனால் ஆண்டாள் "வாயினால் பாடி மனதினால் சிந்திக்கங்கறா. முதல்ல பாடுங்கறா. பின்னால்தான் உணர வேணும் சிந்திக்கணும்னு சொல்றா. அது ஏன்?" என்று என் தந்தை கேட்டார். நான் எப்போதும் போல முழித்துக் கொண்டிருந்தேன். ஆழ்வார் வாழ்க்கையில் அடிப்பட்டவர். அவர் யோசிச்சு, ஆராய்ஞ்சப்பறம்தான் பாட்டெழுதி பெருமாளைச் சேவிப்பர். ஆனா ஆண்டாள் குழந்தை. குழந்தை முதல்ல யோசிக்காது. அதுக்குன்னு ஒரு spontaneity. முதல்ல உரக்கப் பாடும். அப்பறம்தான் சிந்தைனையெல்லாம்.'

இன்றையப் பாடல்:

மாயனை மன்னு வடமதுரை மைந்தனை,
தூய பெருநீர் யமுனைத் துறைவனை,
ஆயர் குலத்தினில் தோன்றும் அணிவிளக்கை,
தாயைக் குடல்விளக்கம் செய்த தாமோதரனை,
தூயோமாய் வந்துநாம் தூமலர் தூவித்தொழுது
வாயினால் பாடி மனத்தினால் சிந்திக்கப்
போய பிழையும் புகுதருவான் நின்றனவும்
தீயினில் தூசாகும் செப்பேலோ ரெம்பாவாய். 5

மாயங்கள் பல செய்யக்கூடியவனை, வடமதுரையில் தேவகிக்குப் பிறந்த மைந்தனை, வெள்ளப்பெருக்கிட்டாலும் தூய்மையாக இருக்கும் யமுனை ஆற்றின் துறையில் உறைபவனை, பின்னால் ஆயர் குலத்திற்கு அணையாத விளக்காக மாறிய கண்ணனை, பெற்ற வயிற்றுக்குப் பெருமை தந்த தாமோதரனை, தூய்மையாக வந்து தூய்மையான மலர்களினால் அர்ச்சித்து, தொழுது, வாயால் அவன் புகழைப்பாடி மனத்திலும் அவனையே நினைத்திருந்தால் முன்பு செய்த பிழைகளும் இனிச் செய்யப் போகின்றவையும், தீயில் பட்ட பஞ்சு போல மறைந்து போகும். எனவே அவன் பெயர்களைச் சொல்லிப் பாடிக் கொண்டே இரு.

பரமபதத்திலிருந்து வடமதுரையில் தேவகிக்குப் பிறந்து ஆயர் குலத்தில் அணி விளக்காகத் தோன்றினான். அதாவது அரச மைந்தனாக உலகின் இருளைப் போக்கவில்லை. ஓர் ஆயனாகத்தான் அவன் அந்தகாரத்தைத் துரத்தி அடிக்கும் அணி விளக்காக ஆனான். "அந்தகாரத்தில் தீபம் போல் தாழ்ந்தார் பக்கலிலேயிறே குணம் பிரகாசிப்பது" என்று வியாக்கியானம் கூறுகிறது. அவன் இருக்கும் இடத்தில் இருப்பவர்கள் அனைவரும் ஆயர்கள்தாம். பிராமணத்தியும் ஆய்ச்சி ஆகிறாளாம். அகங்காரத்தைத் துடைத்தால்தான் இருளை விலக்கும் இறையொளி தெரியும்.

"தூய பெருநீர் யமுனை" – யமுனை எப்படித் தூய்மை பெற்றது? அது வாசுதேவனுக்கு வழி விட்டது மட்டுமல்லாமல்,

கண்ணனும் ஆய்ச்சியரும் அதன் தண்ணீரைக் குடித்து திரும்பக் கொப்பளித்ததால் அது தூய்மையானதாம். இறைவனின் எச்சிலும் பக்தர்களின் எச்சிலும் அதைத் தூய்மை ஆக்குகிறது. இன்னொன்றும் உரையாசிரியர்கள் சொல்கிறார்கள்: "ராவண பயத்தால் அஞ்சியிருந்த கோதாவரி போலன்றிக்கே கம்சன் மாளிகைநிழல் கீழே வற்றிக் கொடுத்தபடி." அதாவது ராவண பயத்தால் கோதாவரி நதி சீதையைக் காப்பாற்ற முடியவில்லையாம். யமுனைக்குத் தைரியம் இருந்ததாம்.

தாயைக் குடல் விளக்கம் செய்த தாமோதரன் – "இவனைப் பெற்ற வயிற்றுடையாள் என்ன நோன்பு நோற்றாள் கொலோ" என்று பெற்ற தாயாரான தேவகிக்கும் வளர்த்து கண்ணினுண் சிறுத்தாம்பினால் கட்டிய யசோதைக்கும் பெருமை அளித்தவன். பக்தர்களின் கட்டு அவனால்கூட அவிழ்க்க முடியாத கட்டு.

தூயோமாய் என்ற சொல்லுக்கு வியாக்கியானங்கள் கூறும் விளக்கம் அற்புதமானது. அவர்கள் புறத்தூய்மையை ஒதுக்கித் தள்ளி விடுகிறார்கள். விபீஷணன் கடலில் குளித்து விட்டா இராமனிடம் வந்தடைந்தான்? திரௌபதி ஒற்றை ஆடையுடன்தானே இரு கையையும் தூக்கி இறைவனைக் கூப்பிட்டாள்? எனவே பக்தர்கள் உள்ளபடியே வந்தால் போதும்.இதைத்தான் ரவீந்திரநாத் தாகூர் *"Come as you are, tarry not over your toilet"* என்று தன் *The Gardener* நூலில் சொல்கிறார். இப்பாடலை அ.சீ.ரா என்று அழைக்கப்படும் அ. சீனிவாச ராகவன் அழகாக மொழிபெயர்த்திருக்கிறார் – "உள்ளபடியே வா, ஒப்பனையில் பொழுதை ஓட்டி விடாதே".

இதே போன்று தூமலர். எந்த மலராக இருந்தாலும் அது அநன்ய ப்ரயோஜனர் கை பட்டால் போதும். அதாவது அவனடியை அடைவதைத் தவிர வேறு குறிக்கோள் இல்லாத அடியார்கள்.

பகவத் ஞானம் வருகிறதற்கு முன் செய்த பிழைகளும் பக்தையானபின் அறியாமல் செய்த பாவங்களும் (அறியாத பிள்ளைகள் என்று ஆண்டாள் பின்னால் பாடுகிறாள்) இவன் பெயரைச் செப்பினால் தீயில் எரியும் பஞ்சுபோல உடனடியாக மறைந்து விடும் என்கிறாள்.

'செப்பு' என்பது தமிழில் இன்று புழங்குவதில்லை.தெலுங்கு மொழியில் இருக்கிறது.இதே போன்று பெருமாளைச் சேவிக்கிறோம் என்று வைணவர்கள் சொல்வார்களே தவிர தொழுகிறோம் என்று சொல்வதில்லை.தொழுகை இன்று இஸ்லாமியர் பயன்படுத்தும் சொல். பாலக்காட்டு பிராமணர்கள் பயன்படுத்தும் சொல்.

புள்ளும் சிலம்பின காண்!

இறைவன் தூங்குவானா ?

இஸ்லாமிய மரபில் அல்லா உறங்குவதாகக் குறிப்பிடப் படவில்லை. ஆனால் கிறித்துவ மரபில் இறைவனை உறங்காதே எழுந்திரு என்று குறிப்பிடும் வாசகங்கள் இருக்கின்றன. பைபிளில் ஏழு இடங்களில் இருக்கின்றன.

உதாரணமாக, "என் தேவனே, என் ஆண்டவரே, எனக்கு நியாயஞ்செய்யவும் என் வழக்கைத் தீர்க்கவும் விழித்துக்கொண்டு எழுந்தருளும்," என்று சங்கீதம் 35:23 சொல்கிறது. "ஆண்டவரே, விழித்துக்கொள்ளும்; ஏன் நித்திரை பண்ணுகிறீர் ? எழுந்தருளும், எங்களை என்றைக்கும் தள்ளிவிடாதிரும்," என்று சங்கீதம் 44:23 சொல்கிறது.

ஆனால் இந்து மரபில் உறங்கும் இறைவனை எழுப்பும் பாடல்கள் எண்ணற்றவை.

திருப்பாவையிலும் இறைவன் எழுப்பப் படுகிறான். ஆனால் அவன் எழுந்திருப்பதற்கு முன்னால் தோழியரை, நந்தகோபனை, யசோதையை, பலராமனை மற்றும் நப்பின்னையை ஆண்டாள் எழுப்புகிறாள். அடுத்த பத்து பாடல்கள் தோழியரை எழுப்பும் விதமாக அமைகின்றன.

கிருஷ்ணானுபவத்தைத் தனியாகவன்றோ அனுபவிக்க வேண்டும்? தோழிகளோடு சேர்ந்து அனுபவிக்க வேண்டிய அவசியம் என்ன ? இக் கேள்விகளுக்கு அண்ணங்கராச்சாரியர் மிக

பி.ஏ. கிருஷ்ணன்

அழகாகப் பதிலளிக்கிறார். கண்ணன் பெருங்காற்று. பெருங்காற்றில் "காலாழும், நெஞ்சழியும், கண்சுழலும்" (பெரிய திருவந்தாதி – நம்மாழ்வார்). எனவே தனியாகச் செல்ல முடியாது. பெருந்துணை அவசியம். இன்னொரு விதமாகச் சொல்லப்போனால் ஆண்டாள் 'இன்கனி தனியருந்தான்' என்ற கோட்பாட்டில் பிடிவாதமாக இருப்பவர். கூடி இருந்து குளிர விரும்புபவர். அவர் எல்லோரையும் தோழிகளுடன் சேர்ந்து எழுப்புவதில் வியப்பில்லை.

திருப்பாவை – எளிய விளக்கம்

இனி பாடல்:

புள்ளும் சிலம்பினகாண்; புள்ளரையன் கோயிலில்
வெள்ளை விளிசங்கின் பேரரவம் கேட்டிலையோ?
பிள்ளாய்! எழுந்திராய், பேய்முலை நஞ்சுண்டு,
கள்ளச் சகடம் கலக்கழியக் காலோச்சி,
வெள்ளத் தரவில் துயிலமர்ந்த வித்தினை,
உள்ளத்துக் கொண்டு முனிவர்களும் யோகிகளும்
மெள்ள எழுந்து அரியென்ற பேரரவம்
உள்ளம்புகுந்து குளிர்ந்தேலோ ரெம்பாவாய். 6

சிறு பெண்ணே! பறவைகள் கூவத் துவங்கி விட்டன. உன் காதிற்கு கருடன் கோவிலில் இருந்து எழும் சங்கின் பெருஞ்சத்தம் கேட்கவில்லையா?எழுந்திரு. பூதனையின் மார்பை உறிஞ்சி அவள் உயிரோடு நஞ்சையும் உண்டு, வேடம் பூண்டு வண்டி வடிவமாக வந்த கள்ளனாகிய சகடாசுரனைக் காலால் உதைத்துச் சிதறடித்து திருப்பாற்கடலில் ஆதி சேஷன் மீது துயில் கொண்டு உலகங்களுக்கெல்லாம் வித்தாக இருப்பவனை, முனிவர்களும் யோகிகளும் எப்போதும் உள்ளத்தில் கொண்டிருந்தாலும் காலையில் தூக்கம் கலைந்து மெள்ள எழுந்தவுடன் வாயினாலும் ஹரி ஹரி என்று சொல்லும் பேரொலி உன் உள்ளத்தில் புகுந்து அதைக் குளிர வைக்கட்டும். இனியாவது எழுந்திரு.

மார்கழி மாதக் குளிரில் அதிகாலையில் இழுத்துப் போர்த்திக் கொண்டு தூங்கத் தோன்றுவது இயற்கை. ஆண்டாள் தன் தோழியிடம் 'உலகம் விழித்துக் கொண்டு விட்டது, நீ உறங்காதே' என்கிறார். 'நீ கண்ணனையே நினைத்துக் கொண்டு உறங்காதிருக்கிறாய். உனக்கு இரவே கிடையாது. காலை வந்து விட்டது என்று எப்படி நம்புவது' என்று தோழி கேட்க ஆண்டாள் யார் யாரெல்லாம் விழித்துக் கொண்டு விட்டார்கள் என்று சொல்கிறாராம்.

புள்ளரையன் கோவில் என்றால் பக்ஷிராஜன், கருடனின் திருக்கோவில். புள் என்றால் கருடன் என்று பொருள் கொண்டு, கருடனுக்கு அரையனான – தலைவனான – விஷ்ணுவின் கோவில் என்றும் பொருள் கொள்ளலாம். சங்கு என்றாலே வெள்ளைதானே? அது ஏன் வெள்ளை விளி சங்கு என்றால் விடிந்து விட்டதால் அதன் வெள்ளை நிறம் பளீரென்று தெரிகிறதாம். பூதனை உயிரை உறிஞ்சியும் வண்டியைக் காலால் உதைத்தும் முறித்த கண்ணன்தான் பாம்பின் மேல் அறிதுயில் கொண்டிருக்கும் வித்து. சகடத்தை, வண்டியை ஏன் கண்ணன் காலால் உதைக்கிறான்? மூவாயிரப்படி கூறுகிறது: முலை வரவு தாழ்த்ததென்று மூரி நிமிர்த்த திருவடிகள் பட்டு முறிந்தது. அதாவது தாய்ப்பால் வருவதற்குத் தாமதமானதால் கால்களை உதைத்துக் கண்ணன்

வீறிடுகிறானாம். அவன் 'வித்து'. உழவர்கள் விதைக்கும் வித்து பயிராக மாறி பலன் தருவது போல, திரும்பத் திரும்ப அவதாரம் செய்து உலகிற்குப் பலனளிக்கும் வித்து இறைவன். தானே தன்னை விதைத்துக் கொள்பவன். அவனை உள்ளத்தில் கொண்டவர்கள் முனிவர்களும் யோகிகளும். முனிவர்கள் இறைவன் பெயரை என்றும் நினைத்துக் கொண்டிருப்பவர்கள். யோகிகள் இறைவனை நினைத்துக் கொண்டு பக்தர்களுக்கும் தேவையானவற்றை அயராது செய்து கொண்டிருப்பவர்கள். ராமனுக்குப் பணிவிடை செய்து கொண்டிருந்த இலக்குவனையும் அவன் நினைவாகவே இருந்து ஆட்சி செய்துகொண்டிருந்த பரதனையும்போன்றவர்கள். அவர்கள் ஏன் மெல்ல எழுந்திருக்கிறார்கள்? பிள்ளைத்தாய்ச்சியாக இருப்பவர் குழந்தைக்கு ஊறு ஏற்பட்டுவிடக்கூடாதே என்று மெல்ல எழுவது போல, இவர்கள் உள்ளத்தில் எம்பெருமான் இருப்பதால் அவன் 'தளும்பாதபடி' எழுந்திருப்பார்களாம். ஆய்ப்பாடியில் முனிவர்களும் யோகிகளும் எங்கு வந்தார்கள்? கண்ணன் பிறந்த இடமானதால் அவர்கள் மாட்டுக் கொட்டில்களில் பாடு (படுத்துக்) கிடக்கின்றார்களாம். கண்ணனின் தரிசனத்தை வேண்டி உள்ளம் குளிர வைப்பது ஹரியின் நாமம். இது நடுங்க வைக்கும் குளிரல்ல. இதமான குளிர்.

கீசுகீசென்று!

தில்லியில் காலையில் கீசுகீசென்று பறவைகள் பேசும் பேச்சரவம் இன்றும் எனக்குக் காலையில் கேட்கிறது. ஆனால் அறுபது ஆண்டுகளுக்கு முன்னால் திருநெல்வேலி வரதராஜப் பெருமாள் சன்னிதித் தெருவில் எனக்குப் பறவைகளின் அரவத்தைக் கேட்ட ஞாபகமே இல்லை. அன்று காலையின் அரவங்கள் – ஓசைகள் – வேறு. கனத்த, கறுப்புப் போர்வையையும் துளைத்துக் கொண்டு திண்ணையில் படுத்துக் கொண்டிருந்த என்னை எழுப்பியது, பெண்கள் திருப்பாவையை முணு முணுத்துக்கொண்டு கோலம் போடுவதற்காக வாசலைப் பெருக்கித் தெளிக்கும் ஓசை. எதிர்த்த வீட்டின் முன்னால் பால்காரர் பசுமாட்டைக் கொண்டு வந்து பால் கறக்கும் ஓசை, சிறிது தொலைவில் பஜனைக் கோஷ்டி பாடும் ஓசை போன்றவை. இவற்றின் கலவைதான் தூக்கத்தைப் போக்கியதாக நினைவு. ஆண்டாள் காலத்திலும் தூங்கியவர்கள் காதுகளில் விழும் ஓசைகள் எல்லாம் கலந்து விழுந்திருக்கும்.

கீசுகீ சென்றெங்கும் ஆனைச்சாத் தன்கலந்து
பேசின பேச்சரவம் கேட்டிலையோ?
பேய்ப்பெண்ணே!
காசும் பிறப்பும் கலகலப்பக் கைபேர்த்து
வாச நறுங்குழல் ஆய்ச்சியர் மத்தினால்
ஓசை படுத்தத் தயிரரவம் கேட்டிலையோ?
நாயகப் பெண்பிள்ளாய்! நாராயணன் மூர்த்தி
கேசவனைப் பாடவும்நீ கேட்டே கிடத்தியோ?
தேசமுடையாய்! திறவேலோ ரெம்பாவாய். 7

புத்தி கெட்டுத் தூக்கப்பேய் பிடித்திருக்கும் பெண்ணே! வலியன் குருவிகள் (அல்லது பரத்வாஜப் பறவைகள்) தங்கள் பேடைகளோடு சேர்ந்து எழுப்பும் ஒலியை நீ கேட்கவில்லையா? அச்சுத் தாலி ஆமைத்தாலி போன்ற ஆபரணங்கள் ஒலிக்க, நறுமணம் கொண்ட கூந்தலை உடைய ஆய்ச்சியர் வளைகள் கலகலவென்று சப்தமிட கைகளை முன்னும் பின்னும் அசைத்து தயிர் கடையும்போது மத்துகளும் ஓசையிடுகின்றன. அது உனக்குக் கேட்கவில்லையா? பெண்களுக்கெல்லாம் நாயகி நீயல்லவா? நாராயணனின் அவதாரமான கேசவனை நாங்கள் பாடும் போது நீ கேட்டுக்கொண்டே படுத்திருக்கலாமா? மிக்க ஒளி வாய்ந்த பெண்ணே! கதவைத் திற.

திருப்பாவை – எளிய விளக்கம்

ஆனைச்சாத்தன் பறவையை பரத்வாஜப் பறவை என்றும் ஆங்கிலத்தில் Greater Coucal என்றும் சொல்வார்கள். சிவப்பு, ஊதா, கறுப்பு கலந்து மின்னுவது. கோவை வடவள்ளி அருகே இருக்கும் நானா நானியிலிருந்து காலையில் நடக்கும் போதெல்லாம் இப்பறவையைப் பார்க்கத் தவறியதில்லை. ஆனால் ஜோடியாகப் பார்த்ததில்லை. சிலர் ஆனைச்சாத்தன் என்பது வலியன் பறவையைக் குறிக்கும் என்பார்கள். வாலில் இருக்கும் இறகு ஆங்கில v எழுத்தைத் தலைகீழாகக் கவிழ்த்தது போல இருக்கும் இரட்டைவால் குருவி. Drongo என்று நினைக்கிறேன். கரிய பறவை. இதை நான் தில்லியில் பலதடவைகள் பார்த்திருக்கிறேன். தமிழில் பறவைகளைச் சரியாக அடையாளம் காட்ட பெயர்கள் இல்லை என்பது வருந்தத்தக்கது. திரு ஜெகநாதன் போன்றவர்கள் இக்குறையைச் சரி செய்ய முயற்சி செய்து கொண்டிருக்கிறார்கள் என்று அறிகிறேன். பறவைகளைப் பற்றி அறிய விரும்புபவர்கள் க்ரியா பதிப்பித்திருக்கும் 'பறவைகள் (அறிமுகக் கையேடு)' என்ற அழகிய புத்தகத்தை உடனே வாங்குங்கள். ஆசை மற்றும் ப. ஜெகநாதன் எழுதியது.

வியாக்கியானக்காரர்கள் இறைவனைப் பற்றியே (பகவத் விஷயம்) சிந்தித்துக்கொண்டு மெய்மறந்து கிடப்பவரை தோழிகள் அவர் வீட்டு வாசலில் திரண்டு எழுப்ப முயல்வதாகச் சொல்கிறார்கள். இறைவனை நினைத்துக் கொண்டிருப்பவர்கள் இறையடியார்கள் கூட்டத்தோடு இருப்பதையே விரும்புவார்கள். இதை அறிந்துதான் ஆண்டாள் பாகவதைகளைத் திரட்டிக் கொண்டு தோழியை எழுப்புகிறார். பாகவதைகள் கூட்டம் கூடியும் எழுந்து வராததால் பேய்ப்பெண்ணே என்று செல்லமாகக் கடிந்து கொள்கிறார்.

'காசும் பிறப்பும்' என்பது அச்சுத்தாலியும் ஆமைத்தாலியும் என்பார்கள். அதாவது இறைவனின் சின்னங்களான சங்கும் சக்கரமும் அச்சிட்ட தாலி. மற்றது 'அக்குவடமுடுத்து ஆமைத்தாலிபூண்ட அனந்தசயனன்' என்று பெரியாழ்வார் குறிப்பிட்ட ஆபரணமாக இருக்கலாம். கண்ணனுக்குப் பிடித்த ஆபரணத்தை ஆய்ச்சியர்கள் அணிந்து கொண்டிருப்பது இயற்கைதானே. அவர்கள் தாலிகள் உரசி கலகல என்று சப்தமிட, மத்தினால் தயிர் கடையும் வேகத்தால் கட்டியிருந்த கூந்தல் அவிழ, தயிர் கடையும் போது எழும் முடை நாற்றத்தையும் மீறி பரிமளம் பரவுகிறதாம். கூடவே மத்தின் ஓசை.

நாயகப் பெண் பிள்ளாய் என்பதன் பின்னால் எல்லோருக்கும் முன்னால் நிற்கக்கூடிய நீ இப்படிப் படுத்துக் கொண்டிருக்கிறாயே இது நியாயமா என்ற கேள்வி மறைந்திருக்கிறது.

பி.ஏ. கிருஷ்ணன்

கேசவன் என்ற சொல்லிற்கு கேசி என்ற குதிரை வடிவத்தில் வந்த அரக்கனை அழித்தவன் என்றும் பொருள் கொள்ளலாம். கேசம் அடர்ந்தவன் என்றும் பொருள் கொள்ளலாம். இங்கு ஆய்ச்சியர்களின் அவிழ்ந்த கூந்தலுக்கு இணையாக அடர்ந்த கேசம் உடையவன் என்று பொருள் கொள்வதுதான் சரியாக இருக்கும் என்று நான் நினைக்கிறேன்.

தேசம், தேசு – தேஜஸ் – பளீரென்று ஒளி வீசுவது. 'திருமா மணிவண்ணன் தேசு' என்பது பேயாழ்வார் வாக்கு. பேய்ப் பெண், நாயகப் பெண்பிள்ளையாக மாறி, தேசமுடையவள் என்றும் அழைக்கப்படுகிறாள் என்பதைக் கவனிக்க வேண்டும். என்ன சொல்லியாவது அவளை எழுப்ப வேண்டும் என்ற உந்துதலை கவிதை மிக அழகாகக் கொண்டு வந்திருக்கிறது.

கீழ்வானம் வெள்ளென்று!

காலை நேரத்தை ஆண்டாளைப் போல பாடல்களினால் போற்றிய தமிழ்க் கவிஞர்கள் மிகச் சிலரே. திருப்பள்ளியெழுச்சி பாடிய தொண்டரடிப்பொடி ஆழ்வாரும் மாணிக்கவாசகரும் உடனே நினைவிற்கு வருவார்கள். ஆனால் அவர்கள் பாடல்களில் அதிகாலையோடு இரண்டறக் கலந்த நெருக்கம் வெளிப்படவில்லை என்றுதான் சொல்ல வேண்டும். மேலும் அவர்கள் காலை ஆண்களின் காலை. பெண்கள் அதிகம் தென்படாத காலை. ஆனால் ஆண்டாளின் காலை பெண்களின் காலை. இளம்பெண்களின் காலை. 'விருத்தைகள்' (வயது முதிர்ந்த பெண்கள்) எழுந்து அவர்களைத் தடை செய்ய முற்படும் முன்னர் கண்ணனை அடைய அவசரப்படும் பெண்களின் காலை.

East is red என்ற குரல் சென்ற நூற்றாண்டின் அறுபதுகளில் எழுந்தது. கிழக்கில் புரட்சிக் கனல் கொழுந்துவிட்டு எரியும் என்று அன்றைய இளைஞர்களில் பலர் நம்பினார்கள். இங்கு 'ஆண்டாள் கிழக்கு வெளுத்தது' என்கிறார். வெண்மை என்றால் சாத்வீகம். சத்வகுணம் ஓங்குகிறது என்பதற்கு அறிகுறி. 'அசேதனத்திற்கும் சைதன்யமுண்டாம்படி ஸத்த்தோத்தரமான காலமாயிற்று' என்று வியாக்கியானம் செய்கிறது. உயிரில்லாதவற்றிற்கும் உயிர் அளிக்கும் காலை. 'காந்தி வருகிறார் என்று ஆண்டாள் சொல்கிறாரோ?' என்று என் தந்தையிடம் கேட்டேன். நான் கேலியாகக்

கேட்கிறேன் என்று அவருக்குத் தெரிந்திருந்தது. 'மறுபடியும் இருள் சூழும் என்று ஆண்டாளுக்குத் தெரியாதா? ஆனால் மறுபடியும் காலை வரும் என்பதும் அவளுக்குத் தெரியும். நாங்கள் காலைக்குக் காத்திருப்பவர்கள். உங்களைப் போன்றவர்கள் இருளுக்குக் காத்திருப்பவர்கள்,' என்றார் அவர்.

கீழ்வானம் வெள்ளென்று, எருமை சிறுவீடு
மேய்வான் பரந்தனகாண்; மிக்குள்ள பிள்ளைகளும்
போவான் போகின்றாரைப் போகாமல் காத்துன்னைக்
கூவுவான் வந்து நின்றோம், கோதுகலமுடைய
பாவாய்! எழுந்திராய்; பாடிப் பறைகொண்டு
மாவாய் பிளந்தானை, மல்லரை மாட்டிய
தேவாதி தேவனைச் சென்றுநாம் சேவித்தால்
ஆவாவென் றாராய்ந் தருளேலோ ரெம்பாவாய். 8

கிழக்கு வெளுத்து விட்டது. எருமைகள் வீட்டுப் பக்கத்தில் பனிப்புல் மேயக் கிளம்பி விட்டன. பெண்கள் அனேகமாக அனைவரும் நீராடப் போய் விட்டனர். இருப்பவர் சிலரைப் போகாமல் தடுத்து உன்னைக் கூப்பிட வந்து இங்கு நிற்கின்றோம். கண்ணனாலேயே கொண்டாடப்படும் பெண்ணே! எழுந்திரு. குதிரை வடிவாக வந்த அரக்கனின் வாயைப் பிளந்தவனும் கம்சனால் அனுப்பப்பட்ட மல்லர்களை மாய்த்தவனுமான தேவர்களுக்கெல்லாம் தேவனை நாம் சென்று சேவித்தால், ஐயோ என்று மனமிரங்கி நம் குறைகளைக் கேட்டு அவற்றைப் போக்கி அருள் தருவான்.

'மேட்டிள மேதிகள் தளை விடும் ஆயர்கள்' என்று இவருடைய தமப்பன்மார்களில் ஒருவர் – தொண்டரடிப்பொடி ஆழ்வார் – திருவரங்கத்திலிருக்கும் பெரிய பெருமாளை எழுப்பினார். இவருடைய தோழிகள் இவரை எழுப்புகிறார்கள். இதுதான் ஆழ்வார்களுக்கும் ஆண்டாளுக்கும் இடையே உள்ள வேறுபாடு (வாசி) என்கிறார்கள் உரையாசிரியர்கள். தமப்பன் என்றால் தகப்பன். ஆழ்வார்கள் அனைவருக்கும் புதல்வி ஆண்டாள்.

'சிறு வீடு' என்றால் வீட்டின் முன்னால் இருக்கும் தோட்டம் என்றோ புல் முளைத்திருக்கும் இடம் என்றோ பொருள் கொள்ளலாம். எருமைகளைக் காலையில் பனிப்புல் மேய விட்டு ஆயர்கள் பால் கறப்பார்களாம். எருமைச் சிறுவீடு மேவான் பரந்தனகாண் என்பது உரையாசிரியர்கள் தமோகுண பகிஷ்காரத்தைக் கூறுகிறது என்று சொல்கிறார்கள். அதாவது காலையில் சாத்வீக குணம் மிகுந்திருக்கும். உரையாசிரியர்கள் இன்னொன்றும் கூறுகிறார்கள். பெரியாழ்வார் மகளாய் அக்னிஹோத்திர ஹோமங்களுக்கு உள்ள வேறுபாடுகளை

ஆராயாமல் எருமைப் பெரு வீடு சிறு வீடு என்று ஆராயும் ஆய்ச்சியாகவே ஆண்டாள் ஆகி விட்டாளாம்.

'ஐந்துலட்சம் குடி என்று சொல்லப்படும் ஆய்ச்சியர்கள் பலர் கண்ணனைக் காணச் சென்று விட்டார்கள். நாங்கள் சிலரே உனக்காகக் காத்திருக்கிறோம், எழுந்திரு' என்று சொல்லும் தோழியர் 'பாவாய்' என்கிறார்கள். 'முலை எழுந்தார்படி மோவாயெழுந்தார்க்குத் தெரியாதிறே' என்பது பட்டர் வாக்கு. அதாவது தாடி வளர்ந்திருப்பவனுக்கு மார்பகங்கள் வளர்ந்திருக்கும் பெண்ணின் துன்பம் தெரியாது என்றால் சரியென்று சொல்லலாம். ஆனால் நீ பெண்தானே ஆணில்லையே. 'பெண்படும் பாடு உனக்குத் தெரியாதா?' என்பது பாவாய் என்ற சொல்லுக்கு உட்பொருள்.

கோதுகலம் என்றால் கண்ணனால் கொண்டாடப் படுபவள் என்று பொருள் கொள்ளலாம். அவன் உனக்காகக் காத்துக் கொண்டிருக்கிறான், நீ இங்கு தூங்கிக் கொண்டிருக்கிறாய் என்று தோழிகள் சொல்கிறார்கள். அவன் சாதாரணமானவன் அல்ல. தேவர்களுக்கும் தேவன். இவ்வவதாரத்தில் கேசியையும் மல்லர்களையும் வென்றவன்.

'ஆஆ என்று ஆராய்ந்து' என்ற சொற்றொடர் வைணவ சித்தாந்தத்தின் அடித்தளம். நமக்கு அருள் புரிவது அவன் கடமை. நாம் இருக்கும் இடத்திற்கு வந்து அவன் அருள் செய்ய வேண்டும். 'நம் சொரூபத்தைக் குலைத்துக் கொண்டு' (அண்ணங்கராச்சாரியர்) நாம் அவரிடம் சென்று சேவித்தால், 'ஐயோ, நம் காரியத்தை நாம் செய்யத் தவறினோமே! இவர்களை இதுவரை கவனிக்காமல் அலைய விட்டு விட்டோமே!' என்று நினைத்து நமக்கு அருள் புரிவான்.

'ஆ ஆ என்று ஆராய்ந்து என்றும் எல்லோருக்கும் அருள் புரிபவன் இறைவன்' என்றும் ஆண்டாள் திண்ணமாகச் சொல்கிறார். நாம் அவனிடம் செல்லாவிட்டாலும் அது நடக்கும் என்றும் எடுத்துக் கொள்ளலாம். இறையருள் உலகில் இருக்கும் மனிதர், மிருகம், புல், கல் போன்ற அனைத்திற்கும் உறுதி.

தூமணி மாடத்து!

உறக்கத்திலிருந்து எழுப்புதல் மற்றும் உறக்கத்திலிருந்து எழுதல் பற்றிப் பல கவிதைகள் உலக இலக்கியத்தில் இருக்கின்றன. ஆனால் நான் படித்தவரை அவற்றில் பெரும்பாலானவை காதலைப் பற்றியும் மரணத்தைப் பற்றியும் மாற்றி மாற்றிப் பேசுகின்றன. உதாரணமாக ஹவ்ஸ்மன் எழுதிய இக்கவிதையின் தலைப்பு Spring Morning. ஆனால் கவிதையின் வரிகளைப் பாருங்கள்: Half the night he longed to die, / Now are sown on hill and plain / Pleasures worth his while to try / Ere he longs to die again. இதே போன்று ஷேக்ஸ்பியர் பேரொளியோடு துவங்குகிறார்: Full many a glorious morning have I seen / Flatter the mountain tops with sovereign eye, / Kissing with golden face the meadows green, / Gilding pale streams with heavenly alchemy; ஆனால் சூரிய ஒளி ஒரு மணி அளவிற்குத்தான், பின்னால் மேகங்கள் மூடி விடும் என்று முடிக்கிறார். மனித வாழ்க்கையில் இன்பமும் துன்பமும் பிறப்பும் மரணமும் மாறி மாறி நடக்கின்றன என்றாலும், இத்தருணம் இனிமையானது, இதைப் பற்றியே பேச வேண்டும், வாழ்க்கையின் எளிய செயல்கள் நமக்கு உயிரையும் உற்சாகத்தையும் அளிக்கின்றன என்று தொடர்ந்து நமக்கு நினைவுறுத்திக் கொண்டிருப்பவர் ஆண்டாள்.

தூங்குபவர்களை எழுப்புவது என்பது தினமும் நடக்கக்கூடியது. ஆனால் விதவிதமாக நடக்கக் கூடியது. உள்ளே தாளிட்டுத் தூங்கியவரை

எழுப்ப முயன்று, முடியாமல் கதவை உடைத்து எழுப்பியதையும் நான் பார்த்திருக்கிறேன். அதேபோன்று மெதுவாகக் கூப்பிட்டாலே, அலறிப்புடைத்துக்கொண்டு எழுபவரையும் நான் பார்த்திருக்கிறேன். ஆண்டாளின் கவிதைகளில் எழுப்பப் படுபவர்கள் உண்மையாகத் தூங்குபவர்கள் என்று சொல்ல முடியாது. கண்ணனை நாளும் இரவும் நினைத்துக் கொண்டிருப்பவர்கள் எப்படித் தூங்க முடியும்? ஆனால் கூடவே இருந்தாலும் – எல்லா இடங்களிலும் இருப்பவன்தானே இறைவன் – அவன் விட்டுப் போய் விடுவானோ என்ற அச்சம் பக்தர்களிடம் இருப்பது இயல்பு. அவ்வச்சத்தைப் போக்கத்தான் ஆண்டாளின் பாடல்கள் முயல்கின்றன.

தூமணி மாடத்துச் சுற்றும் விளக்கெரிய,
தூமங் கமழத் துயிலணைமேல் கண்வளரும்
மாமான் மகளே! மணிக்கதவம் தாள்திறவாய்;
மாமீர்! அவளை எழுப்பீரோ? உம்மகள்தான்
ஊமையோ? அன்றிச் செவிடோ அனந்தலோ?
ஏமப் பெருந்துயில் மந்திரப் பட்டாளோ?
'மாமாயன், மாதவன், வைகுந்தன்' என்றென்று
நாமம் பலவும் நவின்றேலோ ரெம்பாவாய். 9

குற்றமற்ற ரத்தினங்களால் இழைக்கப்பட்ட மாடங்களில் குத்து விளக்குகள் விடிந்த பிறகும் எரிய, அவற்றின் நறுமணம் வீடெங்கும் கமழ, மென்மையான படுக்கையில் தூங்கிக் கொண்டிருக்கும் என் மாமன் மகளே! மணிகள் பொருத்திய கதவைத் திற! மாமி, உன் மகள் என்ன ஊமையா, அல்லது செவிடா, அல்லது மிகுந்த சோர்வோடு இருக்கிறாளா? அல்லது பெரும் தூக்கம் தூங்கக் கடவது என்ற மந்திரத்தின் கட்டுக்குள் வந்து விட்டாளா? மாயவன், திருமகள் கேள்வன், வைகுந்த நாயகன் என்று பல பெயர்களைச் சொல்லி அவனைப் பாடிக் கொண்டிருக்கிறோம். இவளை எழுப்புங்கள்.

'தூமணி மாடம்' என்பதை 'துவளில் மாமணிமாடம்' என்ற நம்மாழ்வார் வாக்கோடு ஒப்பிடுகிறார் அண்ணங்கராச்சாரியர். துவள் என்றால் குற்றம்; தோஷம். துவளில் என்றால் குற்றமில்லாத தூய்மையான. ஆண்டாளே தூ என்ற சொல்லை 'தூமலர்' என்றும் 'தூ சாகும்' என்று சொல்லியிருக்கிறார் என்பதைப் பார்த்தோம். தமிழில் தூ என்றால் தூய்மை, ஒளி பொருந்தியது, வெண்மை, தசை, இறைச்சி, இறகு போன்ற பல பொருள்கள் உண்டு.

மாடத்தைச் சுற்றிலும் விளக்குகள் எரிகின்றன. கீழ்வானம் வெளுத்து விட்டது என்று சென்ற பாடலில் ஆண்டாள் அறிவித்து விட்டார். விடிந்து விட்ட பிறகும் விளக்குகள் எரிகின்றனவே என்ற உணர்வுகூட இல்லாமல் உறங்குவதைத்தான் அவர் சொல்கிறார். நாங்கள் இங்கு வெளியே மார்கழிக் குளிரில் நிற்கிறோம் நீ நிம்மதியாக உறங்குகிறாய் என்ற பொறாமை வெளிப்படுகிறதாம்.

தூபம் என்றால் புகை. காலையொளியில் புகை கண்ணுக்குத் தெரியாது. ஆனால் அதன் மணம் இவர்களைச் சென்றடைகிறது. எனவே பார்ப்பது விளக்குகளை. நுகர்வது அவற்றின் புகை தரும் சுகந்தத்தை.

ஆயர் குலத்தில் ஒருவருக்கு ஒருவர் சொந்தக்காரர்கள். பக்தர்கள் குழாமும் அப்படித்தான் அதனால்தான் தூங்குகிறவர் மாமன் மகளே என்று அழைக்கப்படுகிறார். மாமன் மகளுடைய

அன்னையும் வீட்டில் இருக்கிறார். 'பாவம் குழந்தை. தூங்கட்டும்' என்ற நினைப்போடு இருக்கிறார். 'நாங்கள் கூப்பிட்டு விட்டோம், காதும் கேட்கவில்லை. வாயும் பேசவில்லை ஒரு வேளை மிகவும் அயர்ச்சியாக இருக்கிறாளோ என்னவோ', என்று சொல்கிறார்கள். இறையோடு இரவு முழுவதும் நிகழ்ந்த கலவியில் எல்லாம் மறந்த அனந்தல் – அயர்ச்சி. மந்திரத்தால் கட்டுண்ணப் பட்டவள் போல் எழுந்திருக்காமல் இருக்கிறாளே என்று அன்னையிடம் முறையிடுகிறார்கள்.

அவன் மாமாயன் – தன்னுடைய வியக்கத்தக்க குணங்களால் பெண்களை வசீகரிப்பவன். மாதவன் என்ற சொல்லுக்கு திருமகளின் கணவன் என்று பொருள் கொள்ளலாம். வைகுந்தன் – ஸ்ரீயஃப்பதியாக – திருமகளோடு – வைகுந்தத்தில் இருப்பவன். இப்பெயர்களை மட்டுமல்லாமல் அவனுடைய ஆயிரம் நாமங்களையும் சொல்லி விட்டோம். அவளை எழுப்ப வேறு என்ன செய்வது என்கிறார்கள் மாடத்தின் வாயிலில் நிற்பவர்கள்.

நோற்றுச் சுவர்க்கம்!

மண்ணில் தெரியுது வானம் அது நம்
வசப்படலாகாதோ?
எண்ணி எண்ணி பல நாள் முயன்று இங்கு
இறுதியில் சேர்வோமோ – அட
விண்ணிலும் மண்ணிலும் கண்ணிலும்
எண்ணிலும்
மேவு பராசக்தியே!

இது பாரதியின் ஆத்மஜெயம். நம் கவிஞனின் பராசக்திதான் ஆண்டாளின் கண்ணன். அவனும் விண்ணிலும் மண்ணிலும் கண்ணிலும் எண்ணிலும் கலந்திருப்பான். தான் என்ற அகந்தையை வெற்றி பெற வேண்டும் என்று பாரதி பாடுகிறான். ஆண்டாள் வழியைச் சொல்கிறார். எளிய வழி. மண்ணிலேயே கிடைக்கும் சொர்க்கம். பல ஆண்டுகள் தவமிருந்து நோன்பு நூற்றுக் கிடைக்கும் சுவர்க்கம் அதன் அனுபவம் கண்ணனையே நினைத்துக் கொண்டிருக்கும் ஆய்ச்சிக்கு மிக எளிதாகக் கிடைத்து விடுகிறது.

நான் முன்னால் கூறியது போல ஆண்டாளின் உலகம் பக்தர்கள் கனவுகளின் உலகம். கவிதையில் நமக்குக் காட்டப்படும் மாளிகைகள் உண்மையில் ஏழைகளின் கூரை வீடுகளே. அவற்றில் இருப்பவர்களுக்குக் கிடைத்த ஒரே சொத்து கண்ணன். அவனுக்காக ஒருவருக்கு ஒருவர் போட்டி இருக்கும். ஆனால் நம் எல்லோருக்கும் கிருஷ்ணானுபவம் நிச்சயம் என்று அவர்கள் நினைக்கிறார்கள்.

"வாழும் வகையறிந்தேன் மைபோல் நெடுவரைவாய்/தாழும் அருவிபோல் தார்கிடப்ப, – சூழும்/திருமா மணிவண்ணன் செங்கண்மால், எங்கள் / பெருமான் அடிசேரப் பெற்று." இது பேயாழ்வார் வாக்கு. நாங்கள் வாழும் வகையறிந்தவர்கள் என்ற நம்பிக்கையில் பக்தர்கள் உறுதியாக இருக்கிறார்கள்.

இது மாயை, மார்க்ஸ் சொன்ன அபின், மக்கள் புரட்சியை மழுங்கச் செய்யும் என்பது உண்மையாக இருக்கலாம். ஆனால் இறையனுபவம் மண்ணிலேயே வானத்தைக் காட்டுகிறது, எங்கள் வாழ்க்கைகளுக்குப் பொருளை, பிடிப்பைக்கொடுக்கிறது என்று உலகெங்கும் இருக்கின்ற இறை நம்பிக்கை உடையவர்கள் கருதுகிறார்கள். அவர்கள்தாம் இன்றுமிகப்பெரும்பாலானவர்கள். அவர்கள் மீது புரட்சியைத் திணிப்பது அவர்கள் வாழ்க்கைகளை நரகமாக ஆக்கும். அவர்களாகத் தேர்ந்தெடுக்க வேண்டும். மண்ணில் வானம் வசப்படுவது வறுமையை முற்றிலும் ஒழித்த பிறகுதான் என்பது முற்றிலும் உண்மை. ஆனால் வறுமை ஒழிவதற்கு பக்தி, இறை நம்பிக்கை இடையூறாக இருக்காது என்று பெரும்பாலான பக்தர்கள் நினைக்கிறார்கள் என்பதும் உண்மை.

இனி பாடல்:

நோற்றுச் சுவர்க்கம் புகுகின்ற அம்மனாய்!
மாற்றமும் தாராரோ வாசல் திறவாதார்?
நாற்றத் துழாய்முடி நாரா யணன்நம்மால்
போற்றப் பறைதரும் புண்ணியனால் பண்டொருநாள்
கூற்றத்தின் வாய்வீழ்ந்த கும்ப கரணனும்
தோற்றும் உனக்கே பெருந்துயில்தான் தந்தானோ?
ஆற்ற அனந்தல் உடையாய்! அருங்கலமே!
தேற்றமாய் வந்து திறவேலோ ரெம்பாவாய்.   10

கண்ணன் அனுபவம் என்ற சுவர்க்கத்தில் திளைத்திருக்கும் என் தாயே! வாசல் கதவைத்தான் திறக்கவில்லை, வாயைத் திறந்து ஒரு வார்த்தை சொல்லக் கூடாதா? திருத்துழாய் மணம் கமழும் கேசத்தைக் கொண்ட நாராயணன் நாம் போற்றினால் நமக்குப் பறை தரும் புண்ணியன். பல ஆண்டுகளுக்கு முன்னால் இறந்து போன கும்பகர்ணன் உன்னிடம் தோற்றுப் போய் உனக்குத் தன்னுடைய பெரிய உறக்கத்தைக் கொடுத்து விட்டானா? மிகவும் சோம்பல் உடையவளே! என் வைர அட்டிகையே (கிடைத்தற்கரிய ஆபரணமே)! தூக்கத்திலிருந்து தெளிவு பெற்றுக் கதவைத் திற.

"வாசல் செம்மினால் வாயும் செம்ம வேணுமோ? ஐஸ்வரியம் மிக்கால் பந்துக்களை ஏன் என்னலாகாதோ" என்று வியாக்கியானம் பேசுகிறது. "உனக்கு சொர்க்கம் கிடைத்து விட்டது. கதவைத்

திறக்க மாட்டேன் என்கிறாய், சரி. ஆனால் பேசுவதற்கு என்ன கொள்ளை. கண்ணன் என்ற சொத்து கிடைத்து விட்டதால் ஏழைச் சுற்றத்தாரை மறந்து விட்டாயா", என்று தோழியர் கேட்கிறார்கள். "எங்கள் கண்களைத்தான் பட்டினி போட்டு விட்டாய், செவிகளையுமா? ஒன்றாக நோற்போம், ஒன்றாக குளிப்போம், ஒன்றாகக் கிருஷ்ணானுபவம் பெறுவோம் என்று சொன்னதெல்லாம் பொய்யா, என் அம்மனாய் (எங்கள் அம்மாவே)" என்கிறார்கள். ஏன் பேசவில்லை என்பதற்கு அண்ணங்கராச்சாரியர் அழகாக விளக்குகிறார். அனுமனைக் கண்ட மகிழ்ச்சியில் சீதா பிராட்டி ஏதும் பேசாமல் சில நிமிடங்கள் நின்றாளாம். அதே போலத்தான் கண்ணன் பெயரைச் சொல்லியே பாடி மகிழும் தோழியர்களின் குரலைக் கேட்ட பேருவகையில் பேசாமல் நின்றாளாம். மேலும்என்னை அம்மா என்று அழைக்கிறார்களே என்ற கோபமும் சேர்ந்து கொண்டதாம்.

ஆண்டாள் பாடலில் உள்ளுறைந்து இருப்பது அவள் தோழியருக்குச் சொன்ன பதில். கண்ணன் இங்கு இல்லை. வீணாகப் பழி சுமத்துகிறீர்கள் என்று அவள் சொல்கிறாள். துளசியின் வாசனை தூக்குகிறதே என்கிறார்கள் அவர்கள். 'அட, அவனுடைய பரிமளம் அவ்வளவு எளிதில் போகுமா? என்றோ வந்தவனின் வாசனை இன்று வரை இருக்கிறது' என்று பதில் வருகிறது. தோழியர்கள் 'சரி, சரி, இன்னும் கும்பகர்ணனிடம் தூக்கத்தை வாங்கிக் கொண்டவள் போலச் சோம்பேறியாக இருக்காதே அவனிடம் சீக்கிரம் செல்ல வேண்டும்' என்று சொல்லி விட்டு அவளை 'அருங்கலமே' என்று அழைக்கிறார்கள். You, after all, are our megastar என்கிறார்கள்.

கற்றுக்கறவை!

பிராமணப் பெயர்கள் பெரும்பாலும் வட மொழிப் பெயர்களாக இருக்கின்றன என்ற கூற்றில் உண்மையிருக்கிறது. ஆனால் இன்று தமிழ்நாட்டில் தமிழ்ப் பெயர்களைப் பார்ப்பதே அரிதாக இருக்கும்போது பிராமணர்களை மட்டும் குற்றம் சொல்ல முடியாது. வைணவப் பிராமணர்கள் தமிழ்ப் பெயர்களைக் குழந்தைகளுக்கு வைக்கத் தயங்குவதில்லை. அலர்மேல் மங்கை, ஆண்டாள், நப்பின்னை, குறுங்குடி, செல்வி போன்ற பல பெயர்கள் வைணவப் பெண் குழந்தைகளுக்கு வைக்கப்படுகின்றன. ஆனால் எனக்குத் தெரிந்து பொற்கொடி இல்லை. சுடர்க்கொடி இல்லை. ஏன் என்று தெரியவில்லை. தங்கப் பெண் உண்டு. ஆனால் செல்வப்பெண் இல்லை.

ஆண்டாள் இப்பாடலில் பொற்கொடி, புனமயில் செல்வப்பெண்டாட்டி என்று மூன்று விதமாக நாயகியை அழைக்கிறார். கண்ணன் ஊருக்கே ஒரு பிள்ளை போல இவள் ஊருக்கே ஒரு பெண்.

பாடலைப் பார்ப்போம்.

பி.ஏ. கிருஷ்ணன்

கற்றுக் கறவைக் கணங்கள் பலகறந்து,
செற்றார் திறலழியச் சென்று செருச்செய்யும்
குற்றமொன் றில்லாத கோவலர்தம் பொற்கொடியே!
புற்றரவு அல்குல் புனமயிலே! போதராய்,
சுற்றத்துத் தோழிமார் எல்லாரும் வந்துநின்
முற்றம் புகுந்து முகில்வண்ணன் பேர்பாட,
சிற்றாதே பேசாதே செல்லப்பெண் டாட்டிநீ
எற்றுக் குறங்கும் பொருளேலோ ரெம்பாவாய். 11

கன்றுகள் போல் இருக்கும் கறவைப் பசுக் கூட்டங்கள் பலவற்றைக் கறந்து பகைவர் இருக்கும் இடத்திற்கே சென்று அவர்களோடு போர் புரிந்து அவர்கள் வலிமையை அழிக்கும் திறன் படைத்த, குற்றங்கள் ஏதும் செய்யாத ஆய்குலத்தில் தோன்றிய பொன்னால் ஆன கொடியைப் போன்றவளே! புற்றில் இருக்கும் பாம்பின் படம் போலஅல்குல் பெற்றவளே! மயிலே! தூக்கத்திலிருந்து எழுந்து வா! செல்வமும் பெண்மையும் நிறைவாகக் கொண்டவளே! உன் சுற்றத்தினரும் தோழிமார்களும் சேர்ந்து வந்து வீட்டு முற்றத்தில் நின்று கொண்டு கார்மேகம் போன்று கருத்திருக்கும் கண்ணனின் பெயர்களைப் பாடிக் கொண்டிருக்கிறோம். நீயோ நாவும் உடம்பும் அசையாமல் உறங்கிக் கொண்டிருக்கிறாய்? இதனால் என்ன பயன்? எங்களுக்குச் சொல்.

'கன்றுகள் போல இருக்கும் பசு மாடுகள்' என்கிறார் ஆண்டாள். கண்ணன் இருக்கும் இடம் என்பதால் பசுக்கள் கூட இளமை மாறாது இருக்கின்றன. வயது குறைந்துகொண்டே போகிறது. வைகுண்டத்தில் நித்யசூரிகள் வயது நூறு ஆகியதும் பின்னால் குறையத் துவங்கி 25 ஆகுமாம். அவர்களுக்கு நேர்வது பரமனை நாள்தோறும் தொழுவதால் இங்கு பசுக்களுக்கு வயது குறைவது கண்ணனின் கை படுவதால் என்று வியாக்கியானம் சொல்கிறது. அவை அனைத்தும் – கிழப் பசுக்களானாலும் – வற்றாது பால் கொடுக்கின்றன. 'முலை சரிந்தாரைப் பார்க்காத ராஜகுமாரனைப் போல கன்று மேய்க்கப்பெற்றால் பசுக்களைப் பாரான்', என்று ஆறாயிரப்படி கூறுகிறது. இதை வியாக்கியானக்காரர்களின் ஆணாதிக்கக் கூற்று என்று எடுத்துக் கொள்ளக் கூடாது. அவனை எண்ணுபவர்களின் எண்ணத்தில் தொய்வு ஏற்படக் கூடாது என்ற நோக்கில் இவ்வாறு கூறப்படுகிறது. அவனே பரிவு கொண்டு வயதானவர்களையும் இறை எண்ணத்தில் இளையவர்கள் ஆக்குவான்.

'பல' என்ற சொல்லுக்கு மிகவும் அருமையான விளக்கத்தை ஆறாயிரப்படி அளிக்கிறது. 'பகவத் குணங்களுக்கும் எல்லையுண்டாகினும் இப்பசுக்களுக்கு எல்லையில்லை.' இதற்கு நாம் எண்ணற்ற உலகங்களும் எண்ணற்ற மனிதர்களும், உயிருள்ளவையும், உயிரற்றவையும் இருந்தாலும் இவை எல்லாவும் அவனுக்கு ஆயர்குலத்துப் பசுக்கள் போன்றவை. எல்லாவற்றையும் கறப்பான். அருள்தருவான்.

ஆயர்களுக்கு யார் எதிரிகள்? கண்ணனின் எதிரிகளே அவர்களின் எதிரிகள். அவர்கள் இருக்கும் இடத்திற்குச் சென்று அவர்களோடு போர் புரிவார்கள். இதை மற்றொரு தளத்தில் பாகவதர்கள் பகவானைப் பழிப்பவர்களுடன் வாதப் போர்கள் செய்து அவர்களை வெல்வார்கள் என்றும் பொருள் கொள்ளலாம்.

இவள் அழகு பெண்களை ஆண்களாக விரும்பச் செய்கிறது என்கிறது வியாக்கியானம். 'ஆடவர் பெண்மையை அவாவும் தோளினான்' என்ற கம்பரின் கூற்றிற்கு நேர் எதிர்.

நாங்கள் உன் முன்வாசல் வந்து விட்டோம். கருமுகில் போன்ற நிறமுடைய கண்ணனின் பெயரைப் பாடுகிறோம். ('பெண்டாட்டி' என்பது இங்கு பேரழகு பொருந்திய பெண்மையை வாய்க்கப்பெற்றவளே என்று பொருள்.) முகில் வண்ணன் பேரழகிற்கு நீ தான் நிகர். ஆனால் நீ அசையாமல், பேசாமல் உறங்கிக் கொண்டிருக்கிறாய், ஏன் என்று எங்களுக்கு விளங்கவில்லை என்கிறார்கள் ஆய்ச்சியர்கள்.

அவள் உறங்கவில்லை என்பது இவர்களுக்குத் தெரியும்.

கனைத்திளம் கற்றெருமை!

ஆண்டாளின் திருப்பாவையில் பால் பெருகி ஓடுகின்றது. ஆனால் அவர் ஒருவர்தான் தமிழ்க் கவிஞர்களில் தமிழ் நாட்டின் பால்வளத்தைப் பேசினார் என்பது இல்லை. கம்பன் நாட்டுப் படலத்தில் ஆண்டாளை ஒத்து 'ஈர நீர் படிந்து இன்னிலத்தே சில/கார்கள் என்ன வரும் கரு மேதிகள்/ ஊரில் நின்ற கன்று உள்ளிட மென் முலை/தாரை கொள்ள தழைப்பன சாலியே' என்று கன்றுகளை நினைத்து எருமைகள் பால் சொரிவதால் செந்நெற் பயிர்கள் தழைக்கின்றன என்று பாடுகிறார். அவரைப் போன்று திரிகூட ராசப்பக் கவிராயர் 'சூழ மேதிஇலங்குந் துறையிற் சொரியும் பாலைப் பருகிய வாளை / கூழை வாசப் பலாவினிற் பாயக் கொழும்பலாக்கனி / வாழையிற் சாயவாழை சாய்ந்தொரு / தாழையில் தாக்கவருவிருந்துக் குபசரிப் பார்போல் / தாழை சோறிட வாழை குருத்திடும்சந்திர சூடர்தென் ஆரிய நாடே' என்று குற்றாலத்தின் பால் வளத்தைப் பாடுகிறார். இவர்கள் இருவருக்கும் ஆண்டாளின் பாடல்தான் உந்துதலைக் கொடுத்திருக்கும் என்று நம்மால் ஊகிக்க முடியும்.

ஆண்டாள் முழுக்க முழுக்க ஆயர்களின் கவிஞர். முப்பது திருப்பாவைப் பாடல்களில் நெல்லைப்பற்றிய செய்தி ஒரே பாடலில்தான் வருகிறது. ஓங்கு பெருஞ்செந்நெல் என்று ஒரு கவிதையில் கூறியிருக்கிறாரே தவிர தமிழகத்தின் வயல் வளத்தைப் பற்றி திருப்பாவையில் அவர் பேசவில்லை. நான் ஆயர்குலப்பெண். என் குலப்

பெருமையையும் வளத்தையும் மட்டும்தான் பேசுவேன் என்பதில் அவர் உறுதியாக இருந்திருக்கிறார்.

இனி பாடல்:

கனைத்திளங் கற்றெருமை கன்றுக் கிரங்கி
நினைத்து முலைவழியே நின்றுபால் சோர
நனைத்தில்லம் சேறாக்கும் நற்செல்வன் தங்காய்!
பனித்தலை வீழநின் வாசல் கடைபற்றிச்
சினத்தினால் தென்னிலங்கைக் கோமானைச் செற்ற
மனத்துக் கினியானைப் பாடவும்நீ வாய்திறவாய்!
இனித்தான் எழுந்திராய்; ஈதென்ன பேருறக்கம்?
அனைத்தில்லத் தாரும் அறிந்தேலோ ரெம்பாவாய்.   12

54   பி.ஏ. கிருஷ்ணன்

கன்றை உடைய எருமை பால் கறக்காததால் முலை கடுத்து குரலிட்டுக் கொண்டு அதையே நினைப்பதால், அந்நினைவினாலேயே முலைக் காம்பு வழியே பால் தடையில்லாமல் பொழிய, அப்பொழிவினால் வீட்டு வாசல் முழுவதும் பாற்சேறாகக் கிடக்கும் அளவிற்குச் செல்வம் படைத்தவனின் தங்கையே! எங்கள் தலையில் பனிமாரி பொழிந்தாலும், உன் வாசற்கட்டைப் பற்றிக் கொண்டு, தென்னிலங்கையை ஆண்ட இராவணேசுரவனை சினத்தினால் அழித்தவனும் மனதிற்கு இனியவனுமான இராமனின் புகழைப் பாடிக் கொண்டிருக்கிறோம், ஆனால் நீ வாய் திறந்து பேசாமல் இருக்கிறாய். ஆய்ப்பாடியின் எல்லா இல்லத்தவரும் துயிலழிந்து விழித்துக்கொண்டனர். நீ இன்னும் பெருந்தூக்கம் தூங்கிக் கொண்டிருக்கிறாய். இனியாவது எழுந்திரு.

மற்ற கவிஞர்களின் எருமைகள் வீட்டை விட்டு வெகுதூரத்தில் இருக்கின்றன. ஆண்டாளின் பாடலில் கன்றை விட்டு சிறிது நேரம் கூடப் பிரிய விரும்பாத எருமை தன் கொட்டிலை விட்டு நீங்கிய உடனேயே பால் சொரிய ஆரம்பித்து விட்டது. ஒரு எருமை சொரிந்த பாலிலேயே வீட்டு வாசல் சேறாகி விட்டது என்று சொல்லும் போது எங்கள் குலத்தின் வளத்தைப் பாரீர் என்று ஆண்டாள் நமக்கு அழைப்பு விடுகிறார்.

இப்பாடலைப் பற்றி பி.ஸ்ரீ. எழுதும்போது, ‘தலையில் பனிவெள்ளமிட, கீழே பால் வெள்ளமிட, உள்ளத்தில் காதல் வெள்ளமிடத் தெப்பம் பற்றுவாரைப் போல இவளுடைய தலைவாயிற் மேற்கட்டையைப் பற்றி நின்று அவளைக் கூப்பிடுவது போல் ஓர் உணர்ச்சிச் சித்திரம் உருவாகிறது,’ என்கிறார்.

‘நற்செல்வன் தங்காய்’ என்று ஆண்டாள் பாடும் இந்நற்செல்வன் யார்? உரையாசிரியர்கள் ராமனை விட்டுப் பிரியாத இளையபெருமாளாகிய இலக்குவனைப் போல் கண்ணனை விட்டுப் பிரியாத ஒருவன் என்று சொல்கிறார்கள். அவன் கண்ணன் சேவையில் பால் கறக்க மறந்து விட்டதால் எருமை முலை கடுத்து, கன்றை நினைத்துக் குமுறிப் பால் சொரிகின்றது. முகில் மழையைச் சொரிய நினைத்தால் அதற்குக் கடலுக்குச் செல்ல வேண்டிய கட்டாயம். ஆனால் முகில் போன்ற எருமைகளுக்கு அக்கட்டாயம் இல்லை. கன்றுகளைப் பற்றிய நினைவே அதற்கு ஊற்றாக ஆகிறது. கேட்காமலே சொரிகிறது. ‘அர்ஜுனன் கேட்டா கண்ணன் கீதையைப் பெருக வைத்தான்?’ என்கிறார்கள் உரையாசிரியர்கள். இறைவன் என்றும் நம் நினைவோடுதான் இருப்பான் என்றும் பொருள் கொள்ளலாம்.

‘தண்ணீரைப் போல இருக்கிற சக்ரவர்த்தித் திருமகனுக்கும் சினம் உண்டோ?’ என்ற கேள்விக்கு உரையாசிரியர்கள் பதில்

தருகிறார்கள். 'அவன் மீது அம்பு பட்டபோது சினப்படவில்லை. ஆனால் சிறிய திருவடியான அனுமன் மீது அம்பு பட்டபோது சினப்பட்டான்,' என்று சொல்கிறார்கள். அவன் மனத்திற்கு இனியவன். எதிரியான இராவணன்கூட 'நாசம் வந்துற்றபோதும் நல்லதோர் பகையைப் பெற்றேன்' என்று நினைக்கவில்லையா? ஆனால் பெண்ணாய் இருக்கும் ஆண்டாளுக்கு அவன் ஏகபத்தினி விரதன் என்பதால் மனத்திற்கு இனியவன். கண்ணனைப் போல பல பெண்களைத் தேடி அலையாதவன். 'வேம்பேயாக வளர்த்தாள்' என்று ஆண்டாளே நாச்சியார் திருமொழியில் சொல்லியபடி இவனுடைய செய்கைகள் பல சமயங்களில் வேப்பங்காயாக இருக்கின்றன, அப்படி யசோதை வளர்த்திருக்கிறாள். ஆனால் அவன் மன்னுபுகழ் கோசலை மணிவயிறு வாய்த்தவன். அவனை அவள் ஒழுங்காக வளர்த்திருப்பதால் அவன் மனத்திற்கு இனியவன்.

'அனைத்தில்லத்தாரும் அறிந்தார்' என்பதற்கு இருவகையாகப் பொருள் கொள்ளலாம் என்று அண்ணங்கராச்சாரியர் சொல்கிறார். 'கண்ணனின் பெருமையை அனைத்து ஆய்ச்சியரும் அறிய வேண்டுமென்று நீ நினைத்தபடியே அறிந்துஉன் வாயிலில் காத்துக் கிடக்கிறார்கள். நீ உறக்கத்தில் இருக்கலாமா' என்று பொருள் கொள்ளலாம். அல்லது 'நாங்கள் எல்லோரும் இங்கு வந்து நின்று கூப்பிடுகிறோம், நீ உன் மதிப்பை எல்லோரும் உணர வேண்டும் என்று நினைத்துப் பேசாமல் இருக்கிறாய். ஊருக்கெல்லாம் உன் பெருமை தெரிந்து விட்டது. இன்னும் என்ன உறக்கம்' என்றும் கொள்ளலாம்.

திருப்பாவையின் மிகச் சிறந்த பாடல்களில் இது ஒன்று.

இங்கு உரையாசிரியர்கள் சொன்ன ஒன்றைக் குறிப்பிட்டாக வேண்டும். 'தென்னிலங்கையை 'பறைச்சேரி' என்பாரைப் போல அத்திக்குங்காணவேண்டாயிதேயிருக்கிறபடி' என்று நாலாயிரப்படி குறிப்பிடுகிறது. மற்ற உரையாசிரியர்களும் பறைச்சேரி என்று இலங்கையைக் குறிப்பிடுகிறார்கள். ஆண்டாளின் கவிதையில் வெறுப்பு என்பதே கிடையாது. ஆனால் இங்கு உரையாசிரியர்கள் ஒருபுறம் இறைவன் எல்லோருக்கும் இனியவன் என்று சொல்லிக் கொண்டு மறுபுறம் பறைச்சேரி போன்று பிராட்டியைப் பிரித்த படுகொலைக்காரன் இருக்கும் இடம் இலங்கை என்று சொல்வது சாதி வெறி என்பது ஒட்டிக் கொண்டால் எளிதில் விலகாது என்பதைத்தான் காட்டுகிறது.

புள்ளின் வாய் கீண்டானை!

பெரியாழ்வார் பெற்றெடுத்த பெண் பிள்ளை ஆண்டாள் என்பதில் எந்த ஐயமும் இல்லை. 'ஒரு மகள் தன்னை உடையேன், உலகம் நிறைந்த புகழால் திருமகள் போல வளர்த்தேன், செங்கண்மால்தான் கொண்டு போனான்' என்று பெரியாழ்வாரே பாடுகிறார். பெரியாழ்வார் பாண்டியன் கோச்சடையன் காலத்திற் தொடங்கி சீமாறன் சீவல்லபன் என்று அழைக்கப்படும் பாண்டியன் நெடுஞ்சடையன் காலத்தில் (எட்டாம் நூற்றாண்டு) வாழ்ந்தார் என்று அறிஞர் மு. ராகவய்யங்கார் 'ஆழ்வார்கள் காலநிலை' புத்தகத்தில் குறிப்பிடுகிறார். ஆண்டாள் காலநிலையை இப்பாடலில் வரும் வரியான 'வெள்ளி எழுந்து வியாழம் உறங்கிற்று' என்ற வரியின் மூலம் கணக்கிடுகிறார்.

வெள்ளி தோன்றும் நேரத்தை புறநானூறும் சொல்கிறது. 'வெள்ளி தோன்ற புள்ளுக்குரலியம்ப, புலரி விடியல் பகடு பல வாழ்த்தி' என்பது புறநானூறு. இப்பாடலில் வெள்ளியும் புள்ளும் வருகின்றன. வெள்ளி எழுவதைப் பார்த்து விட்டு நீராடுவது தமிழர் வழக்கம். ஆனால் ஆண்டாள் வியாழம் உறங்கிற்று என்றும் பாடுகிறார். 'அறிஞர், கணித வல்லுனர் லூயிஸ் டொமினிக் சுவாமிக்கண்ணுப் பிள்ளை வெள்ளி எழுச்சியும் வியாழன் அஸ்தமனமும் ஒரே சமயத்தில் எட்டாம் நூற்றாண்டில் நிகழ்ந்த நாள் 18.12.731 என்று சொல்கிறார். எனவே ஆண்டாள் எட்டாம் நூற்றாண்டின் முற்பகுதியில் வாழ்ந்திருக்க வேண்டும்' என்று மு. ராகவய்யங்கார் கணக்கிடுகிறார். சுவாமிக்கண்ணுப் பிள்ளையைப் பற்றித் தனியாக எழுத வேண்டும்.

இனி பாடல்:

புள்ளின்வாய் கீண்டானை, பொல்லா அரக்கனைக்
 கிள்ளிக் களைந்தானைக் கீர்த்திமை பாடிப்போய்,
பிள்ளைகள் எல்லாரும் பாவைக் களம்புக்கார்;
 வெள்ளி எழுந்து, வியாழம் உறங்கிற்று;
புள்ளும் சிலம்பினகாண்; போதரிக் கண்ணினாய்!
 குள்ளக் குளிரக் குடைந்து நீராடாதே,
பள்ளிக் கிடத்தியோ? பாவாய்! நீ நன்னாளால்
 கள்ளம் தவிர்ந்து கலந்தேலோ ரெம்பாவாய். 13

பி.ஏ. கிருஷ்ணன்

பறவை உருவில் வந்த பகாசுரன் வாயைக் கிழித்தவனின் புகழையும் கொடியவனாகிய இராவணின் தலைகளைக் கிள்ளி எறிந்தவனின் புகழையும் பாடிக் கொண்டு இளம் பெண்கள் அனைவரும் பாவை நோன்பு கடைபிடிக்கும் இடத்திற்குச் சென்று விட்டனர். வானத்தில் இரவில் ஒளி விடும் வியாழன் உறங்கச் சென்று விட்டது. வெள்ளி எழுந்து விட்டது. மான் விழியாளே! தாமரைக் கண்ணாய்! பறவைகள் குரலிடுகின்றன, அதைக் கண்கொண்டு பார். இந்த நன்னாளில் கண்ணனைத் தனியாகச் சேரலாம் என்ற கள்ள எண்ணத்தைத் தவிர்த்து விட்டு எங்களோடு கலந்து கொள். உடம்பெல்லாம் சிலிர்ப்பிட நீரில் மூழ்கித் திளைக்காமல், பாவையே இன்னும் படுக்கையில் ஏன் கிடக்கிறாய்?

பகாசுரன் என்ற கொக்கு வடிவத்தில் வந்த அரக்கன் வாயைக் கிழித்து அழித்தவன் அவன் என்றால் சென்ற அவதாரத்தில் பத்துதலை கொண்ட இராவணனை, 'பூச்சிபட்ட இலைகளைக் கிள்ளிப் போடுமாப் போலே' எளிதாகக் கிள்ளி எறிந்தவன் அவன். அரக்கனை 'பொல்லா' என்று ஏன் குறிப்பிடுகிறார் என்றால் தாயையும் தந்தையையும் பிரித்த கொடியவன் அவன் என்பதால் என்று உரையாசிரியர்கள் சொல்கிறார்கள்.

"ஸ்ரீமந் நாராயணன் அவதாரமே மச்சம் முதல் கிருஷ்ணன் வரை என்ற பலபல அவதாரங்கள். அதில் குறிப்பாக தசாவதாரம் காட்டப்பட்டது."

ஒரு ரசனைக்காக இந்தப் பாசுரத்தில் , பொல்லா அரக்கனை கிள்ளிக் களைந்தானை என்பதன் அர்த்தத்தை, வேறு விதமாகப் பார்க்கலாம்.

கிள்ளுவது என்பது நகத்தைக் கொண்டு (கை நுனி) செய்யும் காரியம். அவதாரத்தில் கிள்ளிக் களைந்தது சிங்கபிரான். பொல்லா அரக்கன் இரண்யன். நல்ல அரக்கன் என்பது பக்த பிரகலாதன். கண் மூடித் திறக்கும் நேரத்தில் தோன்றி, சடக்கெனக் காரியத்தை நகத்தினால் கிழித்த சிங்கபிரான் பெருமையை, சிங்கபிரான் ரசிகர்கள் கண்ணன் ராமன் ரசிகர்களுடன் சேர்ந்துகொண்டு அனுபவிக்கலாம்.

பிளந்திட்ட கைகளால் சப்பாணி ! பேய்முலை உண்டானே சப்பாணி!! என்று நரசிம்மனே கண்ணனே என்ற ஆழ்வார் அனுபவம் சுவை சேர்க்கும் வண்ணம் உள்ளது. அடியேன் அனுபவம். தவறு இருந்தால் மன்னிக்கப் பிரார்த்திக்கிறேன்" என்று நண்பர் சடகோபன் மகரபூஷணம் குறிப்பிடுகிறார்.

'பாவைக்களம்' என்பது மிகவும் அழகிய சொல்லாடல். பெண்கள் கூடும் இடம் என்பது மட்டுமின்றி, கண்ணனுக்காகப்

போட்டிப் போடும் களம் என்றும் பொருள் கொள்ளலாம். பிள்ளைகள் என்று ஆண்டாள் பெண்களை விளிக்கிறார். பருவம் அடைந்தும் குழந்தைத்தன்மை மாறாத வயது. ஆண்டாளும் குழந்தைதான். 'திருவரங்கச் செல்வரான அழகிய மணவாளன் அப்பிராட்டியை அங்கீகரித்து அருளிய காலத்தே பதினைந்துதிரு நட்சத்திரத்திற்கு அவர் மேற்படவில்லை என்று நாம் ஒருவாறு அறியக் கூடியதாகிறது' என்று மு. ராகவய்யங்கார் சொல்கிறார். நம்மாலும் முதுமை அடைந்த ஆண்டாளைக் கற்பனை செய்து கூடப்பார்க்கமுடியவில்லை. பெரியாழ்வார் 'செங்கண்மால்தான் கொண்டு போனான்' என்று சொல்வதும் ஆண்டாள் இளவயதிலேயே மறைந்து போனார் என்பதைத்தான் காட்டுகிறது. உலகப் பெருங்கவிஞர்களில் பலரும் இளவயதில் மறைந்தவர்கள்.

'புள்ளும் சிலம்பின காண்' என்றசொற்களோடு ஆறாம் பாட்டு துவங்குவதைப் பார்த்தோம்.அப்போது அவை கூடுகளின் நின்று ஓசையிட்டனவாம். இப்போது இரை தேடச் செல்லும் இடங்களில் உணவிற்காகச் செய்யும் ஓசையாம்.

இப்பாடலில் எனக்கு மிகவும் பிடித்த வரி 'குள்ளக் குளிரக் குடைந்து நீராடாதே'. திருநெல்வேலி தாமிரபரணி நதியில் மார்கழி மாதம் அதிகாலையில் நீராடியவர்களுக்கு ஆண்டாள் சொல்வது புரியும். தண்ணீரில் தலை மூழ்கியதும், உடலே ஒடுங்குவது போல ஏற்படும் குளிரையே அவர் 'குள்ளக் குளிர' எனக் குறிப்பிடுகிறார். ஆனால் குளிர் பழக்கப்பட்டதும் தண்ணீருக்குள்ளேயே தலையை எடுக்காமல் நீந்தத் தோன்றும். அதைத்தான் அவர் குடைந்து என்று சொல்கிறார்.

இவ்வளவு அழகான காலையில் படுக்கையில் கிடக்கின்றாயே. உன் உறக்கம் கள்ள உறக்கம். கண்ணனை நீ மட்டும்தான் அனுபவிக்க வேண்டும் என்ற பேராசையால் விளைந்த உறக்கம். அதைத் தவிர்த்து எங்களோடு கலக்க வேண்டும். கூடியிருந்து குளிர வேண்டும் என்று ஆண்டாள் சொல்கிறார். உன்னதமான கவிதை.

உங்கள் புழக்கடை!

ஆண்டாள் ஓர் ஆழ்வாரா?

ஆண்டாளை ஆழ்வார்கள் பட்டியலில் சேர்ப்பாரும் இருக்கின்றனர்; சேர்க்காதவரும் இருக்கின்றனர். நம்மாழ்வார் ஆழ்வார்களின் முதல்வராகவும் (குலபதி) ஆண்டாள் தாயாராகவும் வைணவர்களால் மதிக்கப்படுகிறார்கள். ஆண்டாள் பூமாதேவியாகவே கருதப்படுவதால் அவர் ஆழ்வார் களுக்கும் மேலான இடத்தில்தான் இருக்கிறார் என்று சொல்பவரும் உளர். ஆண்டாளையே மையமாக வைத்துப் பாடல்கள் இயற்றப்பட்டிருக்கின்றன. உதாரணமாக ஆழ்வார்திருநகரியிலிருந்து வெளி வந்த கோதை நாச்சியார் தாலாட்டு ஆண்டாளை,

எந்தைதந்தை என்று இயம்பும் பெரியாழ்வார்க்கு
மைந்தர் விடாய் தீர்த்த மாதே நீ தாலேலோ
பொய்கை முதலாழ்வார்க்கும் பூமகளாய்
வந்துதித்த
மைவிழி சோதி மரகதமே தாலேலோ

என்று புகழ்கிறது.

திருப்பாவை உறக்கத்திலிருந்து எழுப்பும் பாடல்கள் என்றால் இவை ஆண்டாளை மீண்டும் உறங்கச் சொல்லும் பாடல்கள்!

அர்ச்சனா வெங்கடேசன் தன்னுடைய *The Secret Garland* என்ற புத்தகத்தில் (திருப்பாவை நாச்சியார் திருமொழி ஆங்கில மொழிபெயர்ப்பு) ஸ்ரீரங்கம் அத்யயன உத்சவத்தில் ஆயிரம் கால்

மண்டபத்தில் பெருமாளையும் தாயார்களையும் எழுந்தருளப் பண்ணிய பிறகு, ஆழ்வார்களும் சம்பிரதாய முறைப்படி அங்கு கொண்டுவரப்படுகிறார்கள் – ஆண்டாள் நாச்சியாரைத் தவிர – என்று கூறுகிறார். ஆனால் திருப்பாவையும் நாச்சியார் திருமொழியும் பாடப்படுகிறது என்பதையும் சொல்கிறார்.

இனி பாடல்:

உங்கள் புழைக்கடைத் தோட்டத்து வாவியுள்
செங்கழுநீர் வாய்நெகிழ்ந்து ஆம்பல்வாய் கூம்பின காண்;
செங்கல் பொடிக்கூறை வெண்பல் தவத்தவர்,
தங்கள் திருக்கோயில் சங்கிடுவான் போகின்றார்;
எங்களை முன்னம் எழுப்புவான் வாய்பேசும்
நங்காய்! எழுந்திராய், நாணாதாய்! நாவுடையாய்!
சங்கொடு சக்கரம் ஏந்தும் தடக்கையன்
பங்கயக் கண்ணானைப் பாடேலோ ரெம்பாவாய். 14

உங்கள் வீட்டுப் பின்புறம் இருக்கும் தோட்டத்தின் திருக்குளத்தில் செங்கழுநீர் மலர்கள் அலர்ந்து விட்டன. ஆம்பல் மலர்கள் கூம்பி விட்டன.அதைப் பார். காவிப் பொடி நிறத்தில் ஆடை அணிந்திருக்கும் வெற்றிலை சுவைக்காததால் வெண்மை நிறப் பற்களை உடைய துறவிகள் தங்கள் கோவில்களுக்கு சங்கநாதம் இடுவதற்காகச் செல்கிறார்கள். எங்களை முன் வந்து எழுப்புவேன் என்று வாய் பேசிவிட்டுச் சென்ற பெண்ணே! எழுந்திரு! உனக்கு சொன்ன பேச்சிலிருந்து தவறி விட்டோம் என்ற வெட்கம் இருக்கிறதா? வாய் மட்டும் கிழிகிறதே! (இனிக்க இனிக்கப் பேசும் நாவை உடையவளே!) சங்கோடு சக்கரத்தை ஏந்திக் கொண்டிருக்கும் தாமரைக் கண்ணனை எங்களோடு சேர்ந்து பாட எழுந்திரு.

இவள் வீட்டு வாசலில் நின்று கொண்டு புழக்கடையில் உள்ள சிறிய குளத்தைத் தோழியரால் எவ்வாறு பார்க்க முடிகின்றது? தினமும் நடப்பதைக் கருத்தில் கொண்டுதான் கூறியிருக்க வேண்டும். இது தாமரை மலரும் நேரம். ஆம்பல் இதழ்களை மூடும் நேரம். கதிரவனின் வெப்பத்தை மலர்களே உணரத் துவங்கி விட்டன. நாங்களும் உணர்கிறோம். உள்ளே இருப்பதால் உனக்குச் சுடவில்லை என்கிறார்கள்.

செங்கல் பொடிக் கூறை வெண்பல் தவத்தவர் யார்? இவர்கள் பற்கள் பளீரிடுகின்றன. உடுப்பு காவி நிறம். இவர்கள் சிவபக்தர்கள் என்றுஒரு விளக்கம் இருக்கிறது. சைவர்களைக் கேலி செய்யும் வாய்ப்பாக இச்சொற்றொடரை வியாக்கியானம் பயன்படுத்திக் கொள்கிறது.சோம்பேறிகளான சிவபக்தர்களுக்குக் கூட இது காலை என்ற உணர்வு வந்து விட்டது என்று தோழியர் சொல்கிறார்களாம்.

‘அளற்றுப் பொடியில் புடவைப் புரட்டி, இராவெல்லாம் வெற்றிலை தின்று கிடந்து, ப்ரம்ஹ்மசரியமும் விரக்தியுந்தோற்ற பல்லை விளக்கி ஸபையார், பெரியவர்கள் கோமுற்றவர்கள் தண்டம் கொள்வார் என்று தபோவேஷத்தையுடைய சிவத்வஜருங்கூடப் பயப்பட்டுணர்ந்து தங்கள் தேவதைகளை ஆராதிக்கும் காலமாப்த்து’ என்று ஆறாயிரப்படி சொல்கிறது. அளறு என்றால் காவிக்கல். இன்னொரு பாடம் அவர்கள் வைஷ்ணவ சந்யாசிகள்தாம் என்கிறது. சத்வநிஷ்டர்களான (வைஷ்ணவ) சந்யாசிகளைத்தான் சொல்கிறது என்று திருமலை நம்பி சொல்கிறார் என்றும் ஆறாயிரப்படி விவரிக்கிறது. எனக்கும் ஆண்டாள் வைணவ சந்யாசிகளைத்தான் குறிப்பிடுகிறார் என்று தோன்றுகிறது. பிறமத, பிற தெய்வ நிந்தனைகள் இல்லாத பாடல்கள் ஆண்டாள் அருளிச்செய்த பாடல்கள் என்றுதான் நான் நினைக்கிறேன்.அண்ணங்கராச்சாரியர் ‘வம்பற்ற அத்தவர்’ என்று ஒரு பாடம் இருக்கிறது என்கிறார். அதாவது சம்சார வம்புகளை அற்ற தவத்தவர் என்ற பொருள்படும்படி.‘சங்கிடுவான்’ என்றால் சங்கை ஊத என்றும் குச்சியிட (திறவுகோல் கொண்டு) கோவிலைத் திறக்க என்றும் பொருள் கொள்ளலாம்.

‘உங்கள்’, ‘தங்கள்’களுக்குப் பின்னால் ‘எங்கள்’ வருகிறது. “எங்களை நீ வந்து எழுப்புவேன் என்று வாய் பேசினாயே.இப்போது இப்படி உறங்குகிறாய்.வெட்கமாக இல்லையா?” என்கிறார்கள். ‘நாவுடையாய்’ என்பதற்கு “நீ வாய் ஓயாமல் கண்ணனைப் பற்றிப் பேசுவாய். அதற்காகக் காத்திருக்கிறோம். தாமதம் செய்யாதே” என்று பொருள் கொள்ளலாம். அண்ணங்கராச்சாரியர் இங்கு கம்பனை மேற்கோள் காட்டி இராமன் அனுமனை ‘சொல்லின் செல்வன்’ என்று புகழ்ந்ததைக் கூறுகிறார்.

‘சங்கொடு சக்கரம் ஏந்திய தடக்கையன்’ என்பதற்கு திருமாலே கண்ணனாகவந்திருக்கிறான் என்றுபொருள்கொள்ளலாம்.அல்லது சங்கு சக்கர ரேகைகள் கொண்ட தடக்கைகளை உடையவன் என்றும் பொருள் கொள்ளலாம். பெரியாழ்வார் “நெய்த்தலை நேமியும் சங்கும்நிலாவிய கைத்தலங்கள் வந்து காணீரே” என்று கண்ணனின் குழந்தைப் பருவத்தைப் பாடுகிறார் என்பதையும் நினைவில் கொள்ள வேண்டும். வியாக்கியானமும் இப்பாடலை மேற்கோள் காட்டுகிறது. திருவாழியும் பாஞ்சஜன்யமும் தந்த ஸ்பரிசத்தால் வந்த வளர்த்தியையுடைய திருக்கைகள் உடையவன் என்றுஅது சொல்கிறது.

எல்லே இளங்கிளியே!

பாடலுக்குள் செல்லும் முன்னர் இன்னொன்றைச் சொல்லியாக வேண்டும். ஆண்டாளின் பாடல்கள் 'குள்ளக் குளிர்ந்து நீராடச்' செல்லும் முன் நடந்தவற்றை விவரிக்கின்றனவே, தவிர குளியலைப் பற்றி விவரிக்கவில்லை. தோழியரோடு சேர்ந்து நீராடும் மரபு நிச்சயமாகத் தமிழ் மரபுதான். பரிபாடல் தை நீராடலைப் பற்றிக் குறிப்பிடும் போது இவ்வாறு குளியலைப் பற்றிச் சொல்கிறது:

> மையாடல் ஆடல் மழ புலவர் மாறு எழுந்து
> பொய் ஆடல் ஆடும் புணர்ப்பின் அவரவர்
> தீ எரிப்பாலும் செறி தவம் முன் பற்றியோ
> தாய் அருகா நின்று தவத் தைந்நீராடுதல்

'மா இருந் திங்கள் மறு நிறை ஆதிரை' நாளில் தை நீராடல் தொடங்குகிறது. பரிபாடலில் இளம் பெண்கள் கணவர்களுக்காக நீராடுகிறார்கள். தாய்மார்கள் அருகில் இருக்கிறார்கள். ஆண்டாளின் பெண்கள் கண்ணனுக்காக நீராடுகிறார்கள். தாய்மார்கள் கூட இருப்பதாகத் தெரியவில்லை. ஆனால் ஆயர் குடியின் ஐந்து லட்சம் பெண்கள் கண்ணனை நினைத்து நீராடுவதால் தாய்மார்களும் இருக்கலாம்.

தை நீராடல் எவ்வாறு மார்கழி நீராடல் ஆயிற்று? ராகவய்யங்கார் காலக் கணிப்பு முறை சந்திரமானத்திலிருந்து சூரியமானத்திற்கு மாறியதால் நிகழ்ந்திருக்கக்கூடும் என்கிறார். பாகவதபுராணமும் கோபியர்கள் காலையில் எழுந்து குழுவாக யமுனைக்குச் சென்று மணலில் பாவை பிடித்து

நோன்பு நோற்பதைக் குறிப்பிடுகிறது. பாகவத புராணம் தமிழகத்தில் எழுதப்பட்டதாக வல்லுனர்கள் கருதுவதால் அதுவும் தமிழ் மரபையே குறிப்பிடுகிறது என்பது வெளிப்படை. ஆண்டாளின் திருப்பாவையே இம்மரபை பாகவதபுராணம் குறிப்பிடுவதற்கு உந்துகோலாக இருந்திருக்கலாம்.

இனி பாடல்:

எல்லே இளங்கிளியே! இன்னம் உறங்குதியோ ?
 சில்லென் றழையேன்மின், நங்கைமீர்! போதர்கின்றேன்;
'வல்லை, உன் கட்டுரைகள்! பண்டேஉன் வாயறிதும்!'
 'வல்லீர்கள் நீங்களே, நானேதான் ஆயிடுக!'
'ஒல்லைநீ போதாய், உனக்கென்ன வேறுடையை?'
 'எல்லோரும் போந்தாரோ ?' 'போந்தார், போந்து
  எண்ணிக்கொள்'
வல்லானை கொன்றானை, மாற்றாரை மாற்றழிக்க
 வல்லானை, மாயனைப் பாடேலோ ரெம்பாவாய். 15

திருப்பாவை – எளிய விளக்கம்

"ஏய்! இளங்கிளியே! இன்னும் உறங்குகிறாயா?"

"நங்கைகளே! அதிகம் சத்தம் போட்டு என்னைத் திடுக்கிட வைக்காதீர்கள்! நான் வந்து கொண்டே இருக்கிறேன்."

"உன் வாய்ஜாலம் எங்களுக்குத் தெரியாதா? இது போன்று எத்தனை தடவைகள் முன்னே நடந்திருக்கின்றன?

"நீங்கள் சாமர்த்தியம் மிக்கவர்கள். நீங்கள் சொல்வதால் நானும் அவ்வாறு இருந்து விட்டுப் போகிறேன்."

"உனக்கு மட்டும் தனியாக அதிசயம் ஏதும் கிடைக்கப்போவதில்லை. எங்களுடன் வா."

"எல்லோரும் வந்து விட்டார்களா?"

"வந்து விட்டார்கள். நீ வெளியில் வந்து எண்ணிப் பார்த்துக் கொள்."

குவலயபீடம் என்ற யானையைக் கொன்றவனை, எதிர் நின்றவர்களை எல்லாம் எதிர்கொண்டு அழிக்க வல்ல கண்ணன் என்னும் அந்த மாயவனைப் பாட வேண்டும். விரைந்து வா.

ஆறாம் பாட்டிலிருந்து பதினான்காம் பாட்டு வரையும் கூட எழுப்புபவர்களுக்கும் எழுப்பப்படுபவருக்கும் இடையே உரையாடல்கள் நிகழ்கின்றன, ஆனால் அவை கவிதைகளுக்குள் மறைந்து நிற்கின்றன என்று உரையாசிரியர்கள் கருதுகிறார்கள். இப்பாட்டில் உரையாடல் வெளிப்படையாக நிகழ்கிறது. 'திருப்பாவை ஆகிறது இப்பாட்டிறே' என்று அழகிய மணவாளப் பெருமாள் நாயனார் குறிப்பிடுகிறார். ஆங்கிலத்தில் இதை dialogue poems என்பார்கள். உதாரணமாக இது அமெரிக்கக் கவிஞன் Shel Silverstein (ஷெல் சில்வர்ஸ்டைன்) எழுதிய The Meehoo with an exactlywatt என்ற கவிதையின் ஒரு பகுதி. What's what you want to know? / Me, WHO? / Yes, exactly! / Exactly what? / Yes, I have an Exactlywatt on a chain! / Exactly what on a chain? / Yes! / Yes what? / No, Exactlywatt!

எல்லே என்றால் இது என்ன என்று பொருள். இது என்ன, இளங்கிளியே இன்னும் உறங்குகிறாயா என்று தோழியர் கேட்கிறார்கள். இவள் இளங்கிளியென்றால் பாகவத புராணத்தை பரீக்ஷித் அரசனுக்குச் சொல்லும் சுகர் கிழக்கிளி.

"சும்மா சலம்பிக் கொண்டிருக்காதீர்கள் இதோ வந்து விடுகிறேன்" என்கிறாள் அவள். இவர்கள் "உன்னையும் உன் கதைகட்டும் திறமையையும் எங்களுக்குத் தெரியாதா" என்கிறார்கள். அவள், "நீங்கள்தாம் சாமர்த்தியசாலிகள், நானும் அவ்வாறே இருந்து விட்டுப் போகிறேன்" என்கிறாள்.

இதை வைஷ்ணவ லட்சணம் என்று உரையாசிரியர்கள் குறிப்பிடுகிறார்கள். "இல்லாத குற்றத்தை சிலர் உண்டென்றால் இல்லை செய்யாமல் இசைகியிறே வைஷ்ணவ லக்ஷணம்" என்று ஆறாயிரப்படி கூறுகிறது. பிறர் குற்றத்தையும் தன்னுடையது என்று ஏற்றுக் கொள்வது. தோழிகள் இவளுடைய வைஷ்ணவ லக்ஷணத்தைப் பற்றிக் கண்டு கொண்டதாகத் தெரியவில்லை. "சீக்கிரம் வா, நீ என்ன ஸ்பெஷலா?" என்று கேட்கிறார்கள். "எல்லோரும் வந்து விட்டார்களா?" வந்து விட்டார்கள். சந்தேகம் என்றால் நீயே வந்து எண்ணிப் பார்த்துக்கொள். சீக்கிரம் சென்று கண்ணன் புகழ் பாட வேண்டும்.

மிகவும் இயல்பாக இளம்பெண்களுக்கு இடையே நிகழும் உரையாடலை இறைவனைச் சென்றடைய விரும்புபவர்களுடன் இணைத்து மிக அழகான கவிதையாக ஆண்டாளால் வடிக்க முடிந்திருக்கிறது.

இப்பாடல் திருவெம்பாவையில் வரும் "ஒண்ணித் திலநகையாய் இன்னம் புலர்ந்தின்றோ வண்ணக் கிளிமொழியார் எல்லாரும் வந்தாரோ" என்ற பாடலின் பொருள்நடையை அடியொற்றியிருக்கிறது என்று அண்ணங்கராச்சாரியர் குறிப்பிடுகிறார்.

திருப்பாவை – எளிய விளக்கம்

நாயகனாய் நின்ற!

ஆண்டாள் தான் தமிழ்க் கவிஞர் என்பதை மிகத் தெளிவாகச் சொல்கிறார். திருப்பாவையில் சங்கத்தமிழ் என்கிறார். நாச்சியார் திருமொழியில் செந்தமிழ் என்றும் தூய தமிழ் என்றும் பாடுகிறார். எனவே அவருடைய கவிதைகளில் அகமும் புறமும் இணைந்து மிகவும் இயற்கையாக இயங்குகின்றன. ஆனால் திருப்பாவையின் அக உலகம் நாச்சியார் திருமொழியின் அக உலகத்திலிருந்து வேறுபட்டது. திருப்பாவையின் பெண்கள் அப்போதுதான் பருவத்தின் வாசற்படியைத் தாண்டியிருப்பவர்கள். அவர்கள் காணும் உலகம் அவர்களுக்கு வியப்பையும், மகிழ்ச்சியையும், கேள்விகளையும் தருகின்றன. அவர்கள் செல்லுமிடமெல்லாம் சேர்ந்தே செல்கிறார்கள். 'நான்' காணவே காணோம் என்று சொல்லி விடலாம். 'நாம்' என்ற சொல்தான் எங்கும் ஒலிக்கிறது. ஆனால் நாச்சியார் திருமொழியில் 'கோழியழைப்பதன் முன்னம் குடைந்துநீராடுவான் போந்தோம்' என்று ஆண்டாள் தோழியரையும் சேர்த்துப் பாடினாலும் அது காதலையும் கலவியையும் பற்றிப் புரிதல் உள்ளவரின், தன்னுடைய பெண்மையை அறிந்தவரின் பாடல். சேர்க்கைக்காக ஏங்குபவரின் பாடல். தனிப்பெண்ணின் பாடல்.

திருப்பாவையின் அடுத்த ஐந்து பாடல்களும் கண்ணனைச் சுற்றியிருப்பவர்களைப் பற்றிப் பேசுகின்றன. வாயிற்காப்போன், கோவில்காப்போன், யசோதை, நந்தகோபன், பலராமன் போன்றவர்கள். ஆனால் முக்கியமானவர் நப்பின்னைப்பிராட்டிதான்.

பி.ஏ. கிருஷ்ணன்

இறைவனிடம் சேர அவரிடம் பரிந்துரைப்பவர். இறைவனின் துணைவியான லட்சுமியின் நிலையைப் பற்றி வடகலையாருக்கும் தென்கலையாருக்கும் வேறுபாடுகள் இருக்கின்றன. இருவரும் அவர் பக்தர்களுக்காக இறைவனிடம் பரிந்துரை செய்வார் என்பதை ஒப்புக் கொள்கிறார்கள். ஆனால் வடகலையார் இறைவனுக்கும் தாயாருக்கும் ஒரே இடத்தைத் தருகிறார்கள். இறைவனின் தன்மைகள் அனைத்தும் அவரிடம் இருக்கின்றன. அவரும் பரமாத்மாதான் என்கிறார்கள். தென்கலையார் இறைவனின் பல தன்மைகளை அவர் கொண்டிருந்தாலும் அவர் ஜீவாத்மாதான், அவருக்கு இருக்கும் தன்மைகள் அனைத்தும் – குறிப்பாக பக்தர்களுக்காகப் பரிந்துரைக்கும் தன்மை – இறைவர் அவருக்குக் கொடுத்த கொடை என்கிறார்கள்.

இனி பாடல்:

நாயக னாய்நின்ற நந்தகோபனுடைய
  கோயில்காப் பானே! கொடித்தோன்றும் தோரண
வாயில்காப் பானே! மணிக்கதவம் தாள்திறவாய்;
ஆயர்சிறுமிய ரோமுக்கு அறைபறை
மாயன் மணிவண்ணன் நென்னலே வாய்நேர்ந்தான்;
தூயோமாய் வந்தோம் துயிலெழப் பாடுவான்;
வாயால் முன்னமுன்னம் மாற்றாதே அம்மா! நீ
நேய நிலைக்கதவம் நீக்கேலோ ரெம்பாவாய்.   16

தலைவனாக நிற்கும் நந்தகோபனுடைய மாளிகையைக் காக்கின்றவனே! கொடிகள் நிறைந்த அலங்கார வாசலைக் காப்பவனே! மணிகள் பொருத்தியிருக்கும் கதவின் தாழ்ப்பாளைத் திற. ஆயர் சிறுமிகளாகிய எங்களுக்குப் பறை கொடுப்பேன் என்று மாயவனாகிய, நீல ரத்தினம் போல இருக்கும் கண்ணன் நேற்றே வாக்குறுதி கொடுத்து விட்டான். அவனைத் தூக்கத்திலிருந்து பாடி எழுப்ப தூய்மையாக வந்திருக்கிறோம்! எங்கள் தலைவனே! நீ முன்னாலேயே மறுத்து விடாதே! நண்பர்களைப் போல ஒன்றோடொன்று இணைந்திருக்கும் கதவைப் பிரித்து விடு.

'நாயகனாய் நின்ற' யார் நாயகன்? நந்தகோபனா, கோவில் காப்போனா? வாயிற் காப்போனா? – இருவரும் ஒருவரா? உரையாசிரியர்கள் பாடுபவர்கள் சிறுமிகள் என்பதனால் எல்லோரும் அவர்களுக்கு நாயகர்களாகத் தோன்றுகிறார்கள் என்று சொல்கிறார்கள். அவர்களும் 'புருஷாகாரமாக' இறைவனிடம் பரிந்துரைப்பவர்கள். எனவே அவர்களை நாயகன் என்று சொல்லி சிறுமிகள் உற்சாகப்படுத்துகிறார்கள்.

இது யார் வீடு? கண்ணனுடைய வீடா அல்லது நந்தகோப னுடைய வீடா? அவன் உலகுக்கெல்லாம் உரிமை கொண்டவனாக

இருந்தாலும், நந்தகோபனின் காவலில் கிருஷ்ணாவதாரம் எடுத்த காலத்தில் இருக்கிறான். அவனுக்கும் நாயகன் நந்தகோபன்தான் என்றும் கொள்ளலாம். 'உந்தமடிகள் முனிவர் உன்னை நானென்கையில் கோலால் நொந்திட மோதவும் கில்லேன்' என்று யசோதை கண்ணனிடம் உன்னுடைய சேட்டைகளைக் கேள்விப்பட்டால் உன் தந்தை கோபித்துக் கொள்வார் என்று (பெரியாழ்வார் வாக்கில்) சொல்லவில்லையா? கண்ணனைக் கோபித்துக் கொள்ளும் உரிமை படைத்தவன் கண்ணனுக்கு நாயகனாகத்தானே இருக்க முடியும்?

அவன் மாயன். எங்கள் பக்கம் நின்று கைகால்களைப் பிடித்துப் பணிவிடை செய்வான். மணிவண்ணன். அருகில் இல்லாவிட்டாலும் நினைவில் வந்து எங்கள் நிலைப்பாட்டைக் குலைக்கும் வடிவழகன்.

நென்னல்என்றால் நேற்று. வள்ளுவர் நெருநல் என்று நேற்றைச் சொல்லியிருக்கிறார். அவன் எங்களுக்குப் பறை தருவோம் என்று நேற்றே வாக்குறுதி கொடுத்து விட்டான் என்று சிறுமியர் சொல்கிறார்கள்.தூயோமாய் வந்தோம் என்றும் சொல்கிறார்கள். இவர்கள் நீராடியதாக எந்தப் பாட்டும் சொல்லவில்லையே? இவர்கள் நீராடினார்களா அல்லது கண்ணனைப் பார்க்க வேண்டிய அவசரத்தில் 'உள்ளபடியே' வந்து விட்டார்களா? ஆண்டாள் சொல்லாமல் விட்டு விடுகிறார். எப்படி வந்தாலும் அவனுக்கு உகப்புத்தான்.

வாயால் முன்னம் முன்னம் மாற்றாதே என்றால் நீ மறுத்துச் சொல்லி விடாதே என்று பொருள். நீ உள்ளுக்குள் அவ்வாறு நினைத்தாலும் வாயால் மறுத்துச் சொல்லி எங்கள் நெஞ்சில் நெருப்பைக் கொட்டி விடாதே என்கிறார்கள். ஒரு வாய்ச்சொல்லாலே தண்ணீர்ப் பந்தலே வைக்கலாம். அந்த வாய்ப்பை நீ ஏன் இழக்கிறாய் என்று ஆறாயிரப்படி சொல்கிறது. அம்மா என்றால் சுவாமி. தலைவன். 'அரங்கத்தம்மா பள்ளி எழுந்தருளாயே' என்று ஆழ்வார் அருளிச் செய்திருப்பதை நினைவில் கொள்ள வேண்டும்.

'நேச நிலைக்கதவம்' ஒன்றொடொன்று சேர்ந்து கொண்டிருக்கும் கதவுகள். முன்னால் தாழ்ப்பாளை நீக்கி விட்டாய். இப்போது அவை பிரியட்டும். அவை இருந்ததைப் போலவே நாமும் நேசமாக இருக்கலாம். எங்களை உள்ளே விடாமல் பகை காட்டாதே என்கிறார்கள் சிறுமிகள்.

அம்பரமே தண்ணீரே!

ஆடை, நீர், உணவு இவை மூன்றும் உலக மக்கள் அனைவருக்கும் தடையின்றி, குறையின்றிக் கிடைக்க வேண்டும் என்ற அறத்தைத் தூக்கிப் பிடிப்பவன் நான். ஆண்டாளும் அதைத்தான் சொல்கிறார். மக்கள் உடையின்றி, தண்ணீருக்காகத் தவித்துக் கொண்டு, உணவில்லாமல் இருந்தால் இறைவனைத் தேட மாட்டார்கள். இவற்றைத்தான் தேடிக் கொண்டிருப்பார்கள். சிறுமி ஆண்டாளின் உலகத்தில் தீங்கின்றி நாடெல்லாம் திங்கள் மும்மாரி பெய்கிறது. செந்நெல் ஓங்குகிறது. கண்ணனைத் தேட அவகாசம் கிடைக்கிறது. இங்கு இன்னொன்றும் சொல்லியாக வேண்டும். இதே ஆண்டாள் நாச்சியார் திருமொழியில் கூறுகிறார்: 'மாசுடை யுடம்போடு தலையுலறி வாய்ப்புறம் வெளுத்து ஒருபோதும் உண்டு / தேசுடைத் திறலுடைக் காமதேவா நோற்கின்ற நோன்பினைக் குறிக்கொள் கண்டாய்' என்று.அவள் கண்ணனை நினைத்து நோன்பு நோற்கும் போது தூய்மையைப் பற்றிக் கவலைப்படுவதில்லை. அவள் உலகம் தெரிந்தவள். கலவியின் கந்தங்களைத் தெரிந்தவள். ஆனால் திருப்பாவையின் ஆண்டாள் உண்மையான உலகில் நுழையும் பருவத்தில் இருப்பவள். நம்மை அவள் வசப்படுத்துவதற்கு முக்கியமான காரணம் நம்மில் பலரும் அவளைப் போன்று சிறுமியர் / சிறுவர்களின் உலகத்திற்குத் திரும்பச் செல்ல மாட்டோமா என்று ஏங்குவதால்தான். உரையாசிரியர்கள் கணக்கற்ற உள்ளடக்கங்களைப் பாடல்களில் கண்டுபிடித்தாலும், நம்மை உடனடியாகக் கவர்வது ஆண்டாள் படைத்த தமிழ்ச் சொற்களின் நேரடியான பொருட்களே.

இனி பாடல்:

அம்பரமே, தண்ணீரே, சோறே அறஞ்செய்யும்
எம்பெருமான்! நந்தகோ பாலா! எழுந்திராய்;
கொம்பனார்க் கெல்லாம் கொழுந்தே! குலவிளக்கே!
எம்பெரு மாட்டி! யசோதாய்! அறிவுறாய்;
அம்பரம் ஊடறுத் தோங்கி உலகளந்த
உம்பர்கோ மானே! உறங்காது எழுந்திராய்;
செம்பொற் கழலடிச் செல்வா! பலதேவா!
உம்பியும் நீயும் உறங்கேலோ ரெம்பாவாய். 17

ஆடைகளையும் தண்ணீரையும், சோற்றையும் மக்கள் நிறைவடையும் வரை தருமம் செய்கின்ற எங்கள் பெருமானே! நந்தகோபாலா! எழுந்திரு. பூங்கொம்பு போன்ற பெண்களுக்கெல்லாம் கொழுந்து போன்றவளே, புகுந்த வீட்டிற்குப் பெருமை சேர்க்கும் திருவிளக்கே! எம் தலைவியே! யசோதைப் பிராட்டியே! தூக்கத்திலிருந்து எழுந்திரு! வானத்தில் இடமே இல்லாமல் நின் காலைத் தூக்கி ஓங்கி உலகத்தை அளந்த தேவர்களுக்கெல்லாம் தேவனே! இன்னும் உறங்காமல் எழுந்திரு! சிவந்த, வீரர்களுக்குரிய பொற்கழல்களைக் காலில் அணிந்திருக்கும் பலதேவா, நீயும் உன் தம்பியும் இனியும் உறங்க வேண்டாம்.

நேச நிலைக்கதவம் நீக்க வாயில் காப்போன் சம்மதித்திருக்க வேண்டும். சிறுமியர் வீட்டிற்குள்ளே வந்து முதற்கட்டில் இருக்கும் நந்தகோபனை எழுப்புகிறார்கள்.

அம்பரம் என்றால் தூய புதிய ஆடை போல என்றுமே பிரகாசமாக இருக்கும் இறைவனின் திருமுக மண்டலத்தின் மலர்ச்சி. அதைக் கண்டுணர்வதற்காக அடியார் மனதில் பிறந்திருக்கும் இறைத்தேடல் என்ற குழந்தை முதிர்ச்சி பெறுவதற்கு அதற்கு அளிக்கும் தண்ணீர் அடியாரின் மனநிலை. எப்போதும் அளித்துக் கொண்டிருக்கும் மனநிலையைப் பெற்றால்தான் இறைத்தேடல் முதிர்ச்சி பெறும். சோறு மற்றைய அடியார்களுக்குச் செய்யும் தொண்டு. இம் மூன்றையும் எவ்வாறு செய்ய வேண்டும் என்பதற்கு வழியைக் காட்டுபவன் ஆசாரியன். அவன்தான் நந்தகோபன். நம்மாழ்வார் அருளிச் செய்தது போல 'உண்ணும் சோறு பருகுநீர் தின்னும் வெற்றிலையெல்லாம் கண்ணன்' என்று எங்களுக்குக் காட்டிக் கொடுத்த வழிகாட்டி நந்தகோபனாகிய நீதான். நீ முதலில் எழுந்திருந்து எங்களைக் கண்ணனிடம் அழைத்துச் செல்ல வேண்டும் என்று சிறுமியர் கூறுகின்றனர். ஆறாயிரப்படி சொல்கிறது நாட்டில் பெண்களுக்குத் தானம் கொடுப்பாரில்லை என்று. அதாவது தானம் கொடுத்தால் அதை அவர்களால் தனியாக அனுபவிக்க முடியாதாம். கணவனோடுதான் அனுபவிக்க வேண்டுமாம். எனவே நீ அறம் செய்ய வேண்டுமென்றால் எங்களுக்கு முதலில் கண்ணனைக் கொடு. அப்போதுதான் உன் தானத்தை நாங்கள் அனுபவிக்க முடியும் என்கிறார்கள்.

அடுத்த கட்டில் யசோதை படுத்திருக்கிறாள். அவர் அழகிலும், அறிவிலும் அன்பிலும் பெண்களிலேயே தலையாயவள். கொம்பனார்க்கெல்லாம் கொழுந்து. ஏனென்றால் கண்ணனை வளர்க்கும் பேறு பெற்றவள். அவள் கணவனுடன் ஒரே கட்டிலில் படுத்திருக்கவில்லை. தனியாகப் படுத்திருக்கிறாள். பர்த்தாவினுடைய படுக்கையையும் ப்ரஜையுனுடைய

தொட்டிலையும் விடாத மாதாவைப் போல என்றும் நந்தகோபனையும், ஸ்ரீகிருஷ்ணனையும் விடாத யசோதைப் பிராட்டியைப் போல என்றும் முமுக்ஷூப்படி சொல்கிறது என்று அண்ணங்கராச்சாரியர் எழுதியிருக்கிறார். நந்தகோபனின் படுக்கைத்தலையையும் விடாள். பிள்ளைகள் தொட்டில் காற்கடையையும் விடாள் (அலட்சியம் செய்ய மாட்டாள்) என்று ஆறாயிரப்படி சொல்கிறது. இருவரும் வளர்ந்த பிள்ளைகள். ஆனாலும் தாய்க்குத் தொட்டிலில் இருக்கும் குழந்தைகள் போலதான். அவன் அணி விளக்கு. கோல விளக்கு. யசோதைப் பிராட்டி குல விளக்கு. நண்பர் திரு ஜகன் நாத் கூறுகிறார்: கண்ணனின் தாய் குலவிளக்கு... கண்ணன் அணிவிளக்கு, கண்ணனின் அடியவர் திருமாளிகையான தூமணிமாடத்தைச் சுற்றி விளக்கெரிக்கிறது, நப்பின்னை கோலவிளக்கு, கண்ணனும் நப்பின்னையுமான சேர்த்தியில் ஒளிர்வது குத்துவிளக்கு...

"இருவிசும்பினூடு போய் எழுந்து மேலைத் / தண் மதியும் கதிரவனும் தவிரவோடி / தாரகையின் புறம் தடவி அப்பால் மிக்கு/ மண் முழுதும் அகப்படுத்து நின்ற எந்தை / மலர் புரையும் திருவடி" என்று மங்கை மன்னனின் திருநெடுந்தாண்டகம் பெருமான் உலகங்களை அளந்ததைக் கூறுகிறது. ஆண்டாளும் அம்பரம் ஊடறத்து ஓங்கி உலகளந்த இறைவனைக் கூறுகிறார். இங்கு அம்பரம் என்றால் ஆகாயம். உறங்குகின்ற குழந்தைகளின் தாயைப் போல நீ உனது அடியார்களுக்காக உலகத்திற்காக உறங்காது இருப்பவன். இங்கு மனித வடிவம் கொண்டதால் நித்திரை செய்ய வேண்டிய கட்டாயம். ஆனால் இப்போது காலை வந்து விட்டது. அக்கட்டாயமும் இல்லை. நீ உறங்க வேண்டிய எந்த அவசியமும் இல்லை என்று சிறுமிகள் சொல்கிறார்கள்.

செம்பொற் கழலடிச் செல்வா என்று கண்ணனின் தமையனான பலதேவனை அவர்கள் அழைக்கிறார்கள். ஆதிசேஷனின் அவதாரமாகக் கருதப்படுபவன் அவன். ராமாவதாரத்தில் தம்பி லட்சுமணனாக வந்து சேவை செய்தான். இப்போது அண்ணனாக வந்து கண்ணனுக்கு ஊறு ஏதும் நேராமல் பார்த்துக் கொள்கிறான். அவனிடம் அவர்கள் சொல்கிறார்கள்: 'நீ லட்சுமணனாக இருந்தபோது உறங்காவில்லி என்ற பெயரைக் கொண்டவன். உறங்காமல், பிராட்டியையும் பெருமானையும் காத்தவன். இப்பிறவியில் உனக்கு உறக்கம் தேவையா? "சென்றால் குடையாம் இருந்தால் சிங்காசனமாம், / நின்றால் மரவடியாம் நீள்கடலுள், – என்றும் / புணையாம் மணிவிளக்காம் பூம்பட்டாம் புல்கும் / அணையாம், திருமாற் கரவு" என்று ஆழ்வார் சொன்னபடி நீயே புணை படுக்கை. படுக்கைக்குப் படுக்கை அவசியமா? உனக்கு உறக்கம் எதற்கு?'

உந்து மதகளிற்றன்!

யார் இந்த நப்பின்னை?

ஆழ்வார்களில் ஒன்பது ஆழ்வார்கள் நப்பின்னையைப் பற்றிப் பாடியிருக்கிறார்கள். ‘ஒருமகளாயர் மடந்தை ஒருத்தி நிலமகள் மற்றைத் திருமகளோடும்’ என்று திருமங்கை ஆழ்வார் பாடியிருக்கிறார். ‘பூமகள், மண்மகள், ஆய்மகள்’ என்று நம்மாழ்வாரும் பாடியிருக்கிறார். அவர்கள் ஆயர் மடந்தை, ஆய்மகள் என்று சொல்வது நப்பின்னையைத்தான் என்பது தெளிவு.

திருமாலுக்கு திருமகள், பூமகள் போன்றே மூன்றாவது மனைவியாக நப்பின்னை இருக்கிறார். வடமொழி ஹரி வம்சம் நூலில் அவர் நீளாதேவியாக வருகிறார். கண்ணன் ஏழு ஏறுகளை வென்று அவளை மணமகளாக அடைகிறான் என்று ஹரி வம்சம் சொல்கிறது. அவர் நந்தனின் மைத்துனர் கும்பகன் (கும்பக்கோன்) என்பவரின் புதல்வி. ஆனால் இந்தக்கதை தெற்கில் இருக்கும் பிரதிகளில் மட்டுமே இருக்கிறது. வட நாட்டில் நீளா தேவி என்ற பெயரே தெரியாது என்று ஹார்டி தன் *Viraha Bhakti* என்ற நூலில் கூறுகிறார். ராமானுஜர் தன் சரணாகதி கத்யத்தில்திருவுக்குத் திருவான, திருவின் மணாளனே, ஸ்ரீ வல்லபனே என்று சொல்லி ‘நீ ஒருவனே பூமி, நீளா நாயகனும் ஆவாய்’ என்று ‘ஏவம் பூத பூமி நீளா நாயக’ என்கிறார். பராசரபட்டர் ‘நீளாதுங்க ஸ்தன கிரிதடீஸுப்தம் உத்போத்ய க்ருஷ்ணம்’ என்று நீளா தேவியின் கொங்கைகள் மீது தலை வைத்து உறங்குபவனே என்று ‘கொத்தலர் பூங்குழல் நப்பின்னை கொங்கை மேல் வைத்துக் கிடந்த மலர் மார்பா’ என்ற ஆண்டாளின் சொற்களையே பயன்படுத்துகிறார்.

பண்டைத் தமிழ் இலக்கியத்தில் சிலப்பதிகாரம் “மாயவன்றம் முன்னினொடும் வரிவளைக்கைப் பின்னையொடும் / கோவலர்தஞ் சிறுமியர்கள் குழற்கோதை புறஞ்சோர” என்று நப்பின்னையைக் குறிப்பிடுகிறது. சீவக சிந்தாமணியில் கோவிந்தையார் இலம்பகத்தில் முருகன் எவ்வாறு வள்ளியை மணந்தானோ, கண்ணன் எவ்வாறு நப்பின்னையை மணந்தானோ அதே போன்று கோவிந்தையாரும் மணக்கப்பட வேண்டும் என்று அவர் தந்தை விரும்பியதாகச் செய்தி வருகிறது.

பின்னை என்றால் பின்னால் வந்தவள், தங்கை, பூமாதேவிக்குத் தங்கை என்று பொருள் கொள்ளலாம். அல்லது அழகிய பின்னலை உடையவள் என்றும் பொருள் கூறலாம். திருவள்ளுவமாலையில் ‘உபகேசி தோள் மணந்தான்’ என்று அவள் உபகேசியாக அறியப்படுகிறாள்.

இனி பாடல்:

உந்து மதகளிற்றன் ஓடாத தோள்வலியன்,
நந்தகோ பாலன் மருமகளே! நப்பின்னாய்!
கந்தம் கமழும் குழலீ! கடைதிறவாய்;
வந்தெங்கும் கோழி அழைத்தனகாண்; மாதவிப்
பந்தல்மேல் பல்கால் குயிலினங்கள் கூவினகாண்;
பந்தார் விரலி! உன் மைத்துனன் பேர்பாட,
செந்தா மரைக்கையால் சீரார் வளையொலிப்ப
வந்து திறவாய், மகிழ்ந்தேலோ ரெம்பாவாய். 18

மதநீர் பெருக்கெடுத்துத் திமிறும் யானையின் பலம் உடையவனும், கணக்கற்ற எதிரிகளைக் கண்டு புறமுதுகிட்டு ஓடாத தோள்பலம் படைத்தவனுமான நந்தகோபனுடைய மருமகளே! நப்பின்னைப் பிராட்டியே! நறுமணம் வீசும் கூந்தலை உடையவளே! கதவைத் திற. (பொழுது புலர்ந்து) கோழிகள் ஊரெங்கும் குரலிட்டு முடித்து விட்டன. அதே போல குருக்கத்திக் கொடி படர்ந்திருக்கும் பந்தலில் அமர்ந்திருக்கும் குயில்கள் இனங்களும் கூவிக் களைத்து விட்டன. பூப்பந்து விளையாடிய விரல்களைக் கொண்டவளே! உன் கணவனின் புகழை உன்னோடு சேர்ந்து பாட விழைகின்றோம். சிவந்த தாமரை போன்ற கையால், அழகிய வளைகள் ஒலிக்கக் கதவைத் திறந்து எங்களுக்கு மகிழ்ச்சியை அளித்து நீயும் மகிழ்வாயாக.

வைணவ மரபில் இப்பாடலைப் பற்றி அழகான ஒரு சம்பவம் குறிப்பிடப் படுகிறது.

ராமானுஜர் வைணவத் துறவியாக தினமும் உஞ்ச விருத்தி எடுத்து உண்பது உண்டு. அப்போது திருப்பாவை பாசுரங்களை மனதால் நினைத்தும், வாய்விட்டுப் பாடியும் வருவார். அப்படிப்

பாடிக் கொண்டே, அவரது ஆசார்யனான பெரிய நம்பியின் திருமாளிகைக்கு வந்து சேர்ந்தார். அப்போது உந்து மதகளிற்றன் பாசுரம் பாடி, 'பந்தார் விரலியுன் மைத்துனன் பேர்பாட செந்தாமரைக் கையால் சீரார் வளையொலிப்ப வந்து திறவாய்!" என்ற வரியை அவர் பாடவும், பெரிய நம்பியின் மகளான அத்துழாய் அம்மை என்ற சிறுமி வாசற் கதவைத் திறந்து வெளியே வரவும் சரியாக இருந்தது. ராமானுஜர் அத்துழாய் வருகையைக் கண்டதும் மூர்ச்சித்து விழுந்து விட்டார் – நப்பின்னையையே சேவிக்கும் பாக்கியம் கிடைத்தது என்ற மகிழ்ச்சியில். பெரிய நம்பி வெளியே வந்து ராமானுஜருக்கு மூர்ச்சை தெளிய வைத்து, 'என்ன உந்து மத களிற்றன் பாசுரம் செய்த வேலையா?' என்றாராம்.

இதே சம்பவம் திருக்கோஷ்டியூர் நம்பி திருமாளிகையில் நடந்ததாகவும் சொல்லப்படுகிறது.

திருப்பாவை – எளிய விளக்கம்

‘உந்து மதகளிற்றன் ஓடாத தோள் வலியன்’ என்று நந்தகோபன் அழைக்கப்படுகிறார். மதயானைகள் ஆயர் குடியில் எவ்வாறு வந்தது என்று கேட்டால், அரச வம்சத்தினரான வசுதேவரிடம் யானைகள் இல்லையா, கண்ணன் இருவருக்கும் சொந்தம் போல, அவரிடம் இருப்பவையெல்லாம் இவருக்கும் சொந்தம் என்று உரையாசிரியர்கள் சொல்கிறார்கள். ஓடாத தோள் வலியன் என்றால் பகைவனுக்கு அஞ்சாத வலிமையுடையவன் என்று பொருள் கொள்ளலாம் அல்லது வியாக்கியானம் சொல்லுகின்றபடி ‘கம்சன் மாளிகையின் நிழற் கீழே கிருஷ்ணனுக்கு ஒரு தீங்கும் வராமல் வளர்க்கவல்ல மிடுக்கை உடையவர்’ என்றும் பொருள் கொள்ளலாம்.

நப்பின்னை நந்தனின் மருமகள். மைத்துனனை (அத்தை மகனை) மணந்தவள். அதாவது யசோதையின் சகோதரன் கும்பகனின் மகள் அவள். எனவே அத்தை மகனான கண்ணனை மணந்தவள்.

நப்பின்னாய் என்று அழைத்தும் பதில் சொல்லாததால் கந்தம் கமழும் குழலீ என்று அழைக்கிறார்கள். ‘நீ இருக்கிறாய் என்பது எங்களுக்குத் தெரியும். உன் கூந்தலின் மணமே காட்டிக் கொடுத்து விடுகிறதே. நீ பின்னை (கேசி – அடர்ந்த கூந்தலை உடையவள்) அல்லவா?’ என்கிறார்கள். கோழிகள் அழைக்கின்றன. குயில்கள் அழைக்கின்றன. விடிந்து விட்டது. அவன் பெயரைப் பாடக் காத்திருக்கிறோம் என்கிறார்கள்.

உன் கைகள் கண்ணனுடைய கண்களின் வண்ணம் கொண்டன. செந்தாமரை போன்றன. அவனோடு பூப்பந்து விளையாடிய விரல்கள் உன் விரல்கள். நீ கைகளை உயர்த்தினாலே வளைகள் குலுங்கும். நாங்கள் அந்த ஒலிக்காகக் காத்திருக்கிறோம். எங்களைக் காக்க வைக்காதே. கதவைத் திற என்கிறார்கள் சிறுமிகள். திறந்தால் உன் கணவனின் புகழைப் பாடி மகிழ்வோம். நீயும் மகிழ்வாய் என்றும் சொல்கிறார்கள்.

வியாக்கியானம் மிக அருமையான பொருள் ஒன்றைச் சொல்கிறது. நப்பின்னையைப் புருஷாகாரமாகக் கொள்வது – அதாவது இறைவனிடம் அழைத்துச் சென்று பரிந்துரை செய்பவராக – மிகவும் அவசியம் என்கிறது. அவளை விட்டால் அதோகதிதான் என்கிறது. சூர்ப்பனகை பிராட்டியை விட்டு ராமனைப் பற்றிக் கொள்ள நினைத்தாள். அவள் கதி என்னவாயிற்று என்பது நமக்குத் தெரியும். அதே போன்று ராவணன் ராமனை விட்டு சீதையைப் பற்றிக் கொள்ள நினைத்தான் அவன் கதியும் நமக்குத் தெரியும். விபீஷணனுக்கு அருள் கிடைத்ததற்குக் காரணம் அவன் இருவரையும் பற்றிக் கொண்டதால்தான்.

குத்து விளக்கெரிய!

தமிழ் இலக்கிய மரபின்படி பெண்களின் பருவங்கள் இவ்வாறு வகைப்படுத்தப்படுகின்றன.

"ஐந்து முதல்ஏழ் ஆண்டும் பேதை; /எட்டு முதல்நான்கு ஆண்டும் பெதும்பை; /ஆறிரண்டு ஒன்றே ஆகும் மங்கை; / பதினான்கு ஆதிபத் தொன்பான் காறும்/ எதிர்தரும் மடந்தை; மேல் ஆறும் அரிவை./ஆறுதலை யிட்ட இருபதின் மேல்ஓர்/ ஆறும் தெரிவை; எண் ணைந்துபே ரிளம்பெண் என்று/ ஓரும் பருவத் தோர்க்குஉரைத் தனரே" என்று இலக்கண விளக்கம் கூறுகிறது.

5 – 7 பேதை; 8 – 12 பெதும்பை; 13 மங்கை; 14 – 19 மடந்தை; 20 – 26 அரிவை; 27 – 32 தெரிவை; 33 – 40 பேரிளம் பெண். சிலப்பதிகாரம் கண்ணகிக்குத் திருமணம் ஆகும்போது வயது பன்னிரண்டு (ஈகைவான் கொடியன்னாள் ஈராறாண்டகவையாள்) என்று சொல்கிறது. ஆண்டாள் திருவரங்கனைச் சேர்ந்தபோது அவருக்கு வயது 15 என்று முன்பே சொல்லியிருக்கிறேன். எனவே திருப்பாவையின் சிறுமியர் 13 வயதிற்கு உட்பட்டே இருக்க வேண்டும். நப்பின்னை திருமணம் ஆனவர் என்பதால் அவர் மடந்தைப் பருவத்தில் இருப்பவர் என்று ஊகம் செய்யலாம்.

இனி பாடல்:

குத்து விளக்கெரியக் கோட்டுக்கால் கட்டில்மேல்
மெத்தென்ற பஞ்ச சயனத்தின் மேலேறிக்
கொத்தலர் பூங்குழல் நப்பின்னை கொங்கைமேல்
வைத்துக் கிடந்த மலர்மார்பா! வாய்திறவாய்;
மைத்தடங் கண்ணினாய்! நீ உன் மணாளனை
எத்தனை போதும் துயிலெழ ஒட்டாய்காண்,
எத்தனை யேலும் பிரிவாற்ற கில்லாயால்,
தத்துவம் அன்று தகவேலோ ரெம்பாவாய். 19

குத்துவிளக்குகள் எல்லாப்புறமும் எரிய, யானைத் தந்தத்தினால்
செய்த கட்டில் மீது மிருதுவாக இருக்கும் பஞ்சு மெத்தையின்
மீது ஏறி, கொத்துக்கொத்தாக மலர்கள் பூண்ட கூந்தலை உடைய
நப்பின்னை பிராட்டியின் மார்பின் மீது படுத்துக்கிடந்த பரந்த

பி.ஏ. கிருஷ்ணன்

மார்பை உடையவனே! வாயைத் திறந்து பதிலளி. மையிட்டு எழுதிய அழகிய கண்களை உடையவளே! நீயும் உன் கணவனைத் தூக்கத்திலிருந்து எழுப்பச் சம்மதிக்க மறுக்கிறாய். ஒரு நொடி கூட அவனை விட்டுப் பிரிய விரும்பவில்லை. இப்படி நீ செய்வது உன்னுடைய பிம்பத்திற்கும் உன் உண்மையான குணத்திற்கும் ஒத்ததில்லை.

ஆயர் சிறுமியர் வீடுகளில் குத்து விளக்கெரியலாம். ஆனால் கோட்டுக்கால் (யானையின் தந்தத்தால் செய்யப்பட்ட கால்) கட்டில் இருந்திருக்க வாய்ப்பில்லை. மெத்தென்ற பஞ்சசயனமும் இருக்க வாய்ப்பில்லை. இங்கு நப்பின்னையின் படுக்கையைப் பார்த்ததும் அவர்களுக்குள்ளே எழும் வியப்பின் வெளிப்பாட்டையே இவ்வரிகள் உணர்த்துகின்றன என்று கொள்ளலாம். இன்னொரு கேள்வியும் நம்முள் எழுகிறது. நப்பின்னை கதவைத் திறந்த பிறகுதான் சிறுமிகள் கண்ணன் உறங்கும் கட்டிற்கு வந்திருக்க வேண்டும்.அப்போது எப்படி கண்ணன் நப்பின்னையின் மார்பில் தலை வைத்துப் படுத்துக் கிடந்ததைப் பார்த்திருக்க முடியும்? “அவர்கள் அறைக்குள் வந்ததும் கண்ணன் படுத்துக் கிடந்த நிலையையும் பூக்கள் சிதறிக் கிடப்பதையும் பார்த்து அவன் அப்படித்தான் உறங்கியிருப்பான்” என்று யூகித்துப் பாடுகிறார்கள் என்று கொள்ளலாம். ‘கிடந்த’ என்பது நிகழ்காலத்தைக் குறிக்காது.

ஆனால்உரையாசிரியர்கள் கண்ணன் நப்பின்னை கதவைத் திறக்க முற்படும்போது திறக்க விடாமல் அவளை மல்லுக்கு இழுக்கிறான் என்கிறார்கள். ஏன் அவ்வாறு செய்கிறான்? நம்மைப் பற்றியவர்களை இவள் தன்னுடைய அடியார்களாகவே நினைப்பது போல இவளைப் பற்றியவர்களை நாம் நம் அடியார்களாகவே நினைப்போம், நாமே திறக்கலாம் என்று கண்ணன் கருதுகிறானாம். ஆனால் இருவருக்கும் இடையே நடந்த இழுப்பில் இருவரும் படுக்கையில் விழ நப்பின்னையின் நெருக்கம் அவனை ஆய்ச்சியர் வந்த காரியத்தை மறக்கச் செய்து விட்டதாம். பிராட்டியாரும் கண்ணனின் அணைப்பை விட்டு விலக விரும்பவில்லையாம். அவளும் செய்ய வேண்டிய காரியத்தை மறந்து விட்டதால் ஆய்ச்சியர் நப்பின்னையை மீண்டும் உணர்த்தும் பாசுரம், அவளை உணர்த்துவதால் கண்ணனையும் உணர்த்தும் பாசுரம் என்றும் அவர்கள் சொல்கிறார்கள். இறைவனையும் பிராட்டியையும் சேர்ந்தே பார்க்க வேண்டும். தனித்தனியாகப் பார்ப்பவர்கள் தங்கையும் தமையனும் பட்டபாடு படுவர்கள் என்றும் சொல்கிறார்கள். அதாவது ராவணனும் சூர்ப்பனகையும் பட்டதுபோல.

விடிந்த பிறகு குத்து விளக்கு ஏன் எரிகிறது? கண்ணனை விளக்கொளியில் இரவெல்லாம் கண்ட மகிழ்ச்சியைத் துறக்க

பிராட்டி விரும்பவில்லை. எனவே விடிந்தாலும் அறையை இருட்டாக்கிக் கண்ணனைப் பார்த்துக் கொண்டிருக்கிறாள். பஞ்சசயனம் என்றால் அழகு, குளிர்ச்சி, மென்மை, வாசனை, வெண்மை என்ற ஐந்து குணங்களைக் கொண்ட படுக்கை.

'வாய் திறவாய்' என்பதற்கு "அவன் ஊமத்தங்காய் தின்று கிடக்க (நப்பின்னை தந்த மயக்கத்தில் கிடக்க) இவர்கள் யாரை எழுப்புவது?" என்று வியாக்கியானம் சொல்கிறது. மார்பை அவளுக்குக் கொடுத்தால் பேச்சை எங்களுக்குத் தந்தால் ஆகாதோ என்றும் சொல்கிறது.

'எத்தனை போதும் துயிலெழ ஒட்டாய் காண்' – அவன் படுக்கையை விட்டு எழுந்தால் அவன் அணைப்பைப் பெற முடியாது என்பதால்தானே நீ அவனைப் படுக்கையிலேயே இருத்தி வைத்திருக்கிறாய் இது நியாயமாகுமா? 'எத்தனையேனும் பிரிவு ஆற்றகில்லாய்' – நீ பிரிவைத் தாங்கமாட்டாய் என்பதனால் உன்னைப் பிரிய அவன் விரும்பவில்லை. உன்னை பிரிவது பக்தைகளைப் பிரிவதற்கு ஒப்பதென்று அவன் நினைத்துக் கொண்டிருக்கிறான். இதுவும் நியாயமா?

'தத்துவம் அன்று தகவு' – உனக்கு எங்கள் மீது பரிவு உண்டு என்பது உண்மையல்ல என்றும் பொருள் கொள்ளலாம் அல்லது நாங்கள் சொல்வதை வேடிக்கையாக எடுத்துக்கொண்டு விடாதே நாங்கள் உண்மையைத்தான் சொல்கிறோம் என்றும் பொருள் கொள்ளலாம். ஆறாயிரப்படி "இது உன் சொரூபத்திற்கும் உன் சுபாவத்திற்கும் பொருத்தமானதன்று" என்றும் பொருள் கூறலாம் என்கிறது. அதாவது பரிவின் வடிவு நீ. புருஷாகார பூதை. பரிவுதான் உன்னுடைய முதற்தன்மை. இரண்டுக்கும் நீ இப்போது செய்வது பொருந்தி வராது என்று பொருள்.

இது மிகவும் அடர்த்தியான பாடல். ஆனால் எளிதான தமிழில் எழுதப்பட்டிருக்கிறது. எளிமையால் எதையும் சாதிக்கலாம்.

முப்பத்து மூவர்!

நம் வாழ்க்கையில் தினமும் புழங்கும் கண்ணாடி, நம்மை நாமே பார்த்து மகிழ்ந்து கொள்ளும் (அல்லது கவலைப்படும்) கண்ணாடி மனித வாழ்வில் எப்போது வந்தது? மனிதன் தன்னுடைய உருவத்தைத் தண்ணீரில் பார்த்துக் கொள்வது லட்சக்கணக்கான ஆண்டுகளுக்கு முன்னாலேயே நிகழ்ந்திருக்க வேண்டும். உலோகங்களை அவன் பயன்படுத்தத் துவங்கிய காலத்திலேயே நன்றாக சுத்தம் செய்யப்பட்ட உலோகங்களில் அவன் தன்னைப் பார்த்துக் கொண்டிருக்கலாம். உலோகக் கண்ணாடி 6000 ஆண்டுகளுக்கு முன்னாலேயே துருக்கியில் இருந்தது என்று வல்லுனர்கள் சொல்கிறார்கள். நன்றாகப் பிரதிபலிக்கும் உலோகக் கலவைகள் 4000 ஆண்டுகளுக்கு முன்பேயே பயனில் இருந்திருக்கின்றன. கண்ணாடியின் ஒருபக்கம் உலோகக் கலவையைத் தடவி அதைப் பிரதிபலிக்க வைக்கும் முறை நமக்கு 1700 ஆண்டுகளாகத் தெரியும். ஆனால் எளிய மக்களும் பயன்படுத்தக் கூடிய கண்ணாடி கண்டுபிடிக்கப் பட்டது 1835ஆம் ஆண்டுதான். லைபிக் என்ற ஜெர்மனியின் வேதியல் அறிஞர் ஒரு பக்கம் சில்வர் நைட்ரேட் தடவிய கண்ணாடியை அறிமுகப்படுத்தினார். அதுதான் நாம் இன்று பயன்படுத்தும் கண்ணாடியின் முன்னோடி என்று சொல்லலாம். ஆண்டாளின் சிறுமியர் கேட்பது தட்டொளி. உலோகக் கண்ணாடி.

இனி பாடல்:

முப்பத்து மூவர் அமரர்க்கு முன்சென்று
கப்பம் தவிர்க்கும் கலியே! துயிலெழாய்;
செப்பம் உடையாய்! திறலுடையாய்! செற்றார்க்கு
வெப்பம் கொடுக்கும் விமலா! துயிலெழாய்;
செப்பன்ன மென்முலை செவ்வாய் சிறுமருங்குல்
நப்பின்னை நங்காய்! திருவே! துயிலெழாய்;
உக்கமும் தட்டொளியும் தந்துஉன் மணாளனை
இப்போதே எம்மை நீராட்டேலோ ரெம்பாவாய். 20

முப்பது மூன்று வகைத் தேவர்களுக்கு துன்பம் வரும் முன்னரே அவர்கள் முன் சென்று அவர்கள் நடுக்கத்தைத் தவிர்க்கும் அசாதாரண வலிமை பொருந்திய கண்ணனே! தூக்கத்திலிருந்து எழுந்திரு! அடியார்களைக் காக்கவும் தீமையை அடியோடு அழிக்கவும் திறன் படைத்தவனே! பகைவருக்கு பயம் என்னும் காய்ச்சலைக் கொடுக்கும் அழுக்கற்றவனே! தூக்கத்திலிருந்து எழுந்திரு. சிறிய செப்பு போன்ற மிருதுவான மார்பகங்களையும், சிவந்த வாயையும் சிற்றிடையையும் கொண்டவளே! நப்பின்னைப் பிராட்டி! திருவுடையவளே! தூக்கத்திலிருந்து எழுந்திரு. எங்களுக்கு விசிறியும் கண்ணாடியும் தந்து உன் கணவனாகிய கண்ணனையும் தந்து எங்களை நீராட்ட வைப்பது உன்னுடைய பொறுப்பு.

முப்பத்து மூவர் – மனிதர்களில் பிரிவு இருப்பது போல தேவர்களிலும் பிரிவுகள் இருக்கின்றன. எட்டு வசுக்கள், பதினொன்று ருத்திரர்கள், பன்னீரண்டு ஆதித்தியர்கள் வானுலக மருத்துவர்களான அசுவினி தேவர்கள் என்ற பிரிவுகள். ஒவ்வொருவருக்கும் ஒரு கோடி தேவர்கள் பின்னால் இருக்கிறார்கள். எனவேதான் தேவர்களின் எண்ணிக்கை 33 கோடி என்று சொல்லப்படுகிறது. "நீ யாருக்காக உதவுகிறாய்?" என்று சிறுமியர் கேட்கிறார்கள். "அதுவும் துன்பம் வருமுன்னே நீ முன்னே சென்று அவர்களின் (கப்பம்) நடுக்கத்தைப் போக்குகிறாய். (அல்லது) அவர்கள் அசுரர்களிடம் அடிபணிவதைத் தவிர்க்கிறாய். இவர்களுக்கு உன்னுடைய உதவி எதற்குத் தேவை?

இவர்கள் அழிக்க முடியாதவர்கள். அமுதத்தை உண்டவர்கள். நோய்களை அறியாதவர்கள். எங்களைப் பார். எங்களை விட நலிந்தவர்களைப் பார்க்க முடியுமா? நலிந்தவர்களுக்கு உதவுவதுதானே உன்னுடைய அடையாளம்? அதை நீ விட முடியுமா?" என்று கேட்கிறார்கள்.

கலி என்றால் சர்வாதிகன் – மிகையாக உதவுபவன் – என்று உரையாசிரியர்கள் சொல்கிறார்கள். அண்ணங்கராச்சாரியர் "தவிர்க்கவல்ல வலிமையை உடையவன்" என்று பொருள் சொல்கிறார்.

அவன் செப்பமுடையவன். எனக்கு இதன் பொருள் பரிபூர்ணமானவன் என்று தோன்றுகிறது. சுந்தர பரிபூரணன். அழகிய நம்பி. ஆனால் உரையாசிரியர்கள் இதை தன்னையே காத்துக் கொள்ளும் குணம் உடையவன் என்றும் ஆர்ச்சவ குணம் (பக்தர்களுக்கு ஒத்த குணம்) உடையவன் என்றும் பொருள் கொள்கிறார்கள். எதிரிகளுக்கு பயத்தீயின் சூட்டை அளிக்கும்

விமலன் அவன். அழுக்கே இல்லாதவன்.அவனை எழுப்புகிறார்கள் சிறுமியர்.

கூடவே பேரழகியான நப்பின்னையையும் துயில் எழுப்புகிறார்கள். சென்ற பாட்டில் அவளைத் தத்துவமன்று தகவு என்று கடிந்து கொண்டவர்கள் இவர்கள். ஆனால் அவளுக்கு இவர்கள் மீது சிறிதளவுகூடக் கோபம் இல்லை. இவர்களுக்காக கண்ணனிடம் பரிந்துரை செய்யும் சமயத்தை நோக்கிப் பள்ளி கொண்டிருக்கிறாளாம். எனக்கு மிகவும் பிடித்தது திருவே என்ற சொல்லுக்கு உரையாசிரியர்கள் சொல்லும் விளக்கம்தான். திரு என்பது சிறையிருந்த செல்வியான சீதாப் பிராட்டியைக் குறிக்கிறது என்று அவர்கள் சொல்கிறார்கள். உலக நாயகியான அவள் அடியார்களுக்காக சிறையிருக்கவில்லையா? நாங்கள் உன்னைச் சிறையிருக்கச் சொல்லவில்லை. ஒரு வார்த்தை அவனிடம் சொல் என்றுதான் வேண்டுகிறோம் என்கிறார்களாம் சிறுமிகள்.

உக்கமும் தட்டொளியும் – விசிறியும் கண்ணாடியும் பாவை நோன்பிற்குத் தேவையானவை. இறைவன் உருவத்திற்கு விசிறிகொண்டு வீசுவது போல கண்ணாடி காட்டுவது போல, பாவையின் பதுமைக்கும் சிறுமிகள் இவ்வாறு செய்வார்கள்போலும்.

இப்பாடலில் அவர்கள் கண்ணனையும் நீராட அழைக்கிறார்கள். தூயோமாய் வந்தோம் என்று திரும்பத் திரும்ப முந்தைய பாடல்களில் சொல்கிறார்கள் என்பதும் அதிகாலையிலேயே நீராடி விட்டோம் என்றும் சொல்கிறார்கள் என்பதும் நமக்குத் தெரியும். இப்போது கண்ணனோடு திரும்ப நீராடுவார்களா? நிச்சயம் என்றுதான் சொல்ல வேண்டும். முந்தைய நீராடல்கள் உடலுக்கான நீராடல்கள். இது இறைவனின் கருணையில் திளைக்கும் உயிரின் நீராடல். அவர்கள் திளைக்கும் போது அவனும் சேர்ந்து திளைப்பான்.

ஏற்ற கலங்கள்!

ஆண்டாளை ஏன் அப்படியே படிக்கக் கூடாது? தெரியாத வார்த்தைகளை அகராதியில் தேடிக் கொண்டு அவள் என்ன சொல்கிறாள் எனபதை அவளுடைய வார்த்தைகளிலிருந்தே ஏன் புரிந்துகொள்ள முடியாது? நிச்சயம் படிக்கலாம். புரிந்துகொள்ளலாம். இதே கேள்வியை என் தந்தையிடம் நான் கேட்டேன். அவர் ஆச்சாரியன் இல்லாமல் ஆண்டாளைப் படிப்பது அவளுக்குச் செய்யும் அவமானம் என்று சொன்னார். 'ஆனால் நான் சொல்வது வைஷ்ணவர்களுக்கு. உன்னைப் போலக் கம்யூனிஸ்டு கழுதைகளுக்கு அல்ல' என்றார்.

மேலும் சொன்னார்: "கம்பன் சீதைக்குத் தோழியர் ஒப்பனை செய்வதை 'அமிழ்தினைச் சுவை செய்தென்ன, அழகினுக்கு அழகு செய்தார்' என்று சொல்கிறான். ஆனால் ஒப்பனை செய்யாமல் விட்டு விடவில்லை. அதே போல அழகிற்கு அழகு செய்வதுதான் ஆண்டாள் பாட்டிற்கு விரிவாக உரை செய்வது. இன்னொன்றும் சொல்கிறேன். விபீஷணனைவிடப் பெரிய பக்தன் இருந்து விட முடியுமா? அவனே அரக்கர்கள் அளவற்ற பெரும்தவம் செய்தவர்கள் என்று பொறாமை கொள்கிறான். 'பெருந்தவம் இயற்றினோர்க்கும் பேர்வு அரும் பிறவி நோய்க்கு/மருந்து என நின்றான் தானே வடிக்கணை தொடுத்துக் கொல்வான்/ இருந்தனன்; நின்றது, என்னாம் இயம்புவது? எல்லை தீர்ந்த/ அருந்தவம் உடையர் அம்மா, அரக்கர்! என்று அகத்துள் கொண்டான்.' இது கம்பன் வாக்கு. ஆண்டாளும் இதே போன்றுதான் ஏற்றகலங்கள் பாடலில் சொல்கிறார். 'ஆற்றாது வந்து அடிபணியும்

மாற்றாருக்கு அவன் புரியும் அருளை எங்களுக்குக் கொடு' என்று ஆயர்பாடிச் சிறுமியர் கேட்பது, விபீஷணன் எண்ணுவது போன்றதுதான்.அதுஅருந்தவம் உடையருக்குத் தரும் அருள். இது போன்ற விளக்கம் நீ லெக்சிகனைத் திருப்பிக் கொண்டிருந்தால் கிடைக்காது."

இவ்விளக்கம் என் தந்தை சொன்னது. உரையாசிரியர்கள் சொன்னதல்ல.

என் தந்தைக்கு மிகப் பெரிய வருத்தம் வைணவ உரையாசிரியர்கள் கம்பனைக் கை விட்டதுதான். ('ஈக்கள் வண்டொடு மொய்ப்ப' பாடலை பெரியவாச்சான் பிள்ளை மேற்கோள் காட்டுகிறார். இதைத் தவிர வேறு மேற்கோள்கள் ஏதும் இருப்பதாக எனக்குத் தெரியவில்லை) 'அதனால் கம்பனுக்குக் குறையில்லை. இவர்கள் உரைகளுக்குத்தான் அது பெரிய குறை' என்பார் அவர். 'திருக்குறள், சிலப்பதிகாரம் போன்றவையாவது வைணவ நூல்கள் அல்ல என்று சொல்லலாம். ஆனால் கம்பன் ஆழ்வார்களோடு ஒப்பிடக்கூடிய வைஷ்ணவன். அவனை ஏன் ஒதுக்கினார்கள் என்று தெரியவில்லை.'

இனி பாடல்:

ஏற்றகலங்கள் எதிர்பொங்கி மீதளிப்ப
மாற்றாதே பால்சொரியும் வள்ளல் பெரும்பசுக்கள்
ஆற்றப் படைத்தான் மகனே! அறிவுறாய்;
ஊற்றமுடையாய்! பெரியாய்! உலகினில்
தோற்றமாய் நின்ற சுடரே! துயிலெழாய்;
மாற்றார் உனக்கு வலிதொலைந்து உன்வாசற்கண்
ஆற்றாதுவந்து உன்னடிபணியு மாபோலே,
போற்றியாம் வந்தோம் புகழ்ந்தேலோ ரெம்பாவாய். 21

எத்தனை பெரிய பாத்திரங்களை வைத்தாலும் அவை முழுவதும் நிரம்பிப் பொங்கி வழியுமாறு தடையில்லாமல் பால் சொரியும் வள்ளல்தன்மை கொண்ட கணக்கற்ற பசுக்களைக் கொண்ட நந்தகோபன் மகனே! தூக்கக் கலக்கத்திலிருந்து விடுபட்டு, அறிவு பெற்று விழித்திரு. அடியார்களைக் காக்க வேண்டும் என்ற நிச்சயத்தோடு இருப்பவனே! வேதங்களாலும் அளவிட முடியாத பெரியவனே! இவ்வுலகில் அவதாரம் எடுத்து ஒளி வீசுபவனே! பகைவர்கள் உன்னோடு போரிட முயன்று படுதோல்வியுற்று, வலிமையெல்லாம் தொலைந்து உன் வாசலுக்கு வந்து உன் காலடிகளில் வீழ்வதுபோல நாங்களும் உன் புகழைப் பாடிக் கொண்டு வந்தோம்.

இப்பாடலில் நப்பின்னைப் பிராட்டியும் சிறுமிகளோடு சேர்ந்து இறைவனைப் புகழ்கிறார் என்று உரையாசிரியர்கள் சொல்கிறார்கள். அவர் பக்தைகளிடமிருந்து விலகியிருப்பது என்பதை நினைத்துக்கூடப் பார்க்க முடியாது.

ஏற்ற கலங்கள் – இதற்கு எழுதப்பட்டிருக்கும் உரை அற்புதமானது. கலமிடுவாரின் குறையிருக்கலாமே தவிர பசுக்கள் எந்தக் குறையுமின்றி பாலளிக்கும். 'சிறிய கலம் (பாத்திரம்) பெரிய கலம் என்னும் வாசியின்றி கடலை மடுத்தாலும் நிறைக்கத் தட்டில்லை.' கடலளவு பாத்திரம் கொண்டு வந்தாலும் அதை நிறைத்து விடுமாம். இதே போன்று மடிக்காம்பைத் தொட்டாலே கலம் வழியும்படி நிறையும் பாலை அளிக்கும் என்பதைத்தான் எதிர் பொங்கி மீதளிப்ப என்ற வரிகள் காட்டுகின்றன. 'இட்ட கலங்கள் நிரம்பினஇனிக் கலமிடுவார் இல்லை' என்று பால் சொரிவதை நிறுத்தாததை 'மாற்றாதே பால் சொரியும்' என்ற சொற்கள் குறிப்பிடுகின்றன. பதினாறாம், பதினேழாம் மற்றும் பதினெட்டாம் பாடல்களில் நந்தகோபனுடைய தலைமையும் அறநெறியும்வீரமும் முறையே புகழப்பட்டன. இங்கு அவனுடைய கறவைச் செல்வம் புகழப்படுகிறது.

அறிஞர்களும் அறிய முடியாதவன் நீ. ஆனால் எங்களுக்காக நீ கண் திறப்பாய் என்பது எங்களுக்குக் கட்டாயம் தெரியும் என்று சிறுமிகள் அறிவுறாய் என்ற சொல்லின் மூலம் நமக்கு அறிவுறுத்துகிறார்கள்.

ஊற்றமுடையாய் – உன் தந்தையின் பசுக்களைப் போல வற்றாத கருணைப் பெருக்குடைய ஊற்று நீ என்று பொருள் கொள்ளலாம் என்று நான் நினைக்கிறேன். உரையாசிரியர்கள் அடியார்களை நோக்குகின்ற திண்மையுடையவனே, வேதங்களின் பொருளாயிருக்கிற திண்மையுடையவனே என்று பொருள் கொள்கிறார்கள். அவன் வேதங்களால்கூட அளவிட முடியாத பெரியவன். அவை ஏடுகள். ஆனால் நீ எங்கள் முன்னால் தோற்றமாய் நிற்கிறாய். மனிதர்கள் பிறவி எடுத்தால் தேய்ந்து மறைந்து போய் விடுவார்கள். ஆனால் நீ பிறவிகள் எடுக்க எடுக்க சாணையில் இட்ட மாணிக்கம் போலச் சுடர் விடுகிறாய்.

'எதிரிகள் உன் அம்புகளால் துரத்தப்பட்டு – சீதையைத் துன்புறுத்திய காகாசுரனைப் போல – வேறு வழியில்லாமல் உன்னிடம் வந்தார்கள். நாங்கள் உன்னுடைய எல்லையில்லா நற்குணங்களால் கவரப்பட்டு உன்னிடம் வந்தோம். இனி உன் செயல்' என்கிறார்கள் சிறுமிகள்.

ஆறாயிரப்படி சொல்கிறது: பெரியாழ்வாரைப் போல வந்தோம். (உன்னைப் போற்றி, உனக்கே பல்லாண்டு பாடி). அல்லாதாரைப் போல வந்தோம். நீ பெறிலும் பெறு. இழக்கிலும் இழ. அதாவது எங்களைப் பெறாவிட்டால் இழப்பு உன்னுடையதுதான். இதில்அல்லாதாரைப் போல என்பது மாற்றாரைப் போல. எதிரிகளைப் போல. விபீஷணன் கண்டு பொறாமைப்படும் அசுரர்களைப் போல.

அங்கண் மா ஞாலத்து!

உலகம் அழகியது. பெரியது. அது தரும் இன்பங்கள் அளவிறந்ததாக இருக்கலாம். ஆனால் தனியாக ஒருவர் எவ்வளவு அனுபவித்தாலும், எவ்வளவுதான் தனக்காகச் சேர்த்தாலும் கடைசியில் தன்னை அறிவதுதான் வாழ்க்கையின் குறிக்கோளை அடைவது. ஆண்டாளின் 'அங்கண்மா ஞாலத்து' தன்னை அறிந்து அகங்காரத்தை அழிப்பது பற்றிய பாடல் என்பார் என் தந்தை.

தன்னை எப்படி அறிவது? நம்மாழ்வார் சொல்கிறார்: 'யானே என்னை அறியகிலாதே,/ யானே என் தனதே என்று இருந்தேன், / யானே நீ என் உடைமையும் நீயே, / வானே ஏத்தும் எம் வானவர் ஏறே.'

யானே நீ என்றால் அஹம் ப்ரம்மாஸ்மி என்று பொருள் கொள்ளக் கூடாது என்பார். 'ஒரு பாட்டை உருவி எடுத்துப் படிப்பவர்கள் மட்டுமே அவ்வாறு பொருள் கொள்ளுவார்கள். யானே நீ என்றால் நான் உனக்கு முழு அடிமை. என்னுடையது எல்லாம் உன்னுடையது. நீ என்னுள் இருக்கிறாய். அதனால் நீ எனக்கு உடைமை என்று பொருள் கொள்ள வேண்டும்.'

'இறையடி அடைவது மட்டும்தான் தன்னை யறிதலா? மக்களுக்குத் தொண்டு செய்வது தன்னை அறிதல் இல்லையா? காந்தி தன்னையறிந்தவர் இல்லையா?'

பி.ஏ. கிருஷ்ணன்

'நிச்சயம்', என்பார் என் தந்தை. 'கடல் வண்ணன் பூதங்கள்' அனைத்தும் ஒருநாள் தங்களை அறிவார்கள். அது அவனுடைய விருப்பம். 'என்னைத் தன்னாக்கி என்னால் தன்னை இன் கவி பாடிய ஈசன்' என்று நம்மாழ்வார் சொன்னபடி அவருள் இருந்து அவரையே தன்னைப் பாட வைத்தவன் இறைவன். அவனே காந்தியுள்ளும் இருந்து அவரை மக்களுக்காகத் தொண்டு செய்வதே இறைவன் தொண்டு என்று சொல்ல வைத்தான்.'

'கொலை செய்யுங்கள் என்று சொல்பவன் உள்ளும் அவன் இருக்கிறானா?' என்று கேட்டால் நிச்சயம் இருக்கிறான் என்று சொல்வார் என்பது எனக்குத் தெரியும். எனவே அக் கேள்வியைக் கேட்கவில்லை.

இனி பாடல்:

அங்கண் மாஞாலத் தரசர் அபிமான
  பங்கமாய் வந்துநின் பள்ளிக்கட் டிற்கீழே
சங்கமிருப் பார்போல் வந்துதலைப் பெய்தோம்;
  கிங்கிணி வாய்ச் செய்த தாமரைப் பூப்போலே,
செங்கண் சிறுச்சிறிதே எம்மேல் விழியாவோ?
  திங்களும் ஆதித்தியனும் எழுந்தாற் போல்,
அங்கணி ரண்டும் கொண்டு எங்கள்மேல் நோக்குதியேல்
  எங்கள்மேல் சாபம் இழிந்தேலோ ரெம்பாவாய். 22

பரந்து விரிந்திருக்கும் பூமியை ஆண்ட அரசர்கள் தங்கள் அகம்பாவம் ஒடுக்கப்பட்டு, உன் பள்ளிக் கட்டிலின் கீழே கூட்டமாக வந்து உனக்கு மரியாதை செய்வதைப் போல நாங்கள் உன்னை அணுகியிருக்கிறோம். கிண்கிணியின் வாய் போல சிறிது மலர்ந்த செந்தாமரை போல எங்கள் மீது சிறிது சிறிதாக்க் கண்ணைத் திறந்து நோக்க மாட்டாயா? சந்திரனும் சூரியனும் ஒரு சேர எழுந்ததைப் போல அழகிய கண்களைத் திறந்து எங்களைப் பார்த்தால், எங்களுக்கு வாய்த்திருக்கும் பிரிவுத் துயரம் என்ற சாபம் பறந்தோடி விடும்.

சென்ற பாடலில் மாற்றான் வலிமையைத் தொலைத்தான். இப்பாடலில் அவர்களைத் தன் பள்ளிக் கட்டிற் கீழ் வரவழைக்கிறான். 'தேவரீர் அங்கீகாரம் பெற்றிலேனாகிலும் விட்டுப் போந்தவிடத்திற்கு ஆகாதபடி வந்தேன், என்று விபீஷணன் விண்ணப்பம் செய்தாற்போலே, பிறந்தகத்திற்கு ஆகாதபடி வந்தோம்' என்று அரசர்கள் சொல்கிறார்களாம். இன்னொரு விதமாகப் பார்த்தால் நாங்கள் ஆட்சி செய்த இடங்களெல்லாம் உன்னுடையது. திரும்பச் சென்றாலும் பரதன்

ஆண்டது போலத்தான் நாங்கள் ஆள்வோம் என்று சிலரும், லட்சுமணனைப் போல உன்னைப் பிரியாமல் இருப்போம் என்று சிலரும் சொல்கிறார்களாம். அகந்தை அழிவது பலவேறு வழிகளில் நடக்கலாம்.

இங்கு இன்னொன்றும் சொல்லியாக வேண்டும். பெண்மை என்றால் அடிபணிதல், ஆணுக்கு அணுக்கமாக இருத்தல் சுதந்திரம் இல்லாமல் இருத்தல் என்ற பொருள்களிலேயே வியாக்கியானங்கள் பேசுகின்றன. சுவாமித்துவம் இருக்கும் இடத்தில் சுதந்திரம் கிடையாது. அது பெண்ணுக்கு தாடி முளைப்பது போல அல்லது ஆணுக்கு மார்பகங்கள் எழுவது போல என்று ஆறாயிரப்படி சொல்கிறது.

பள்ளிக்கட்டிற் கீழ் என்பதை அவன் படுக்கை அருகே என்றும் கொள்ளலாம். அல்லது அவனுடைய அரசுக் கட்டிலின் கீழ் அல்லது சிங்காசனத்தின் கீழ் என்றும் கொள்ளலாம்.

'சங்கம் இருப்பார் போல்' என்றால் கூட்டம் கூட்டமாக வருவது. 'தலைப்பெய்தோம்' என்றால் உனக்கு மிக அருகில் வந்து விட்டோம் என்று பொருள். அருகில் இருப்பதால்தான் அவனுடைய கண்களை மிகவும் கூர்ந்து பார்க்க முடிகிறது.

கிண்கிணி என்றால் அரைச் சதங்கை. அது பாதி மூடியும் பாதி திறந்தும் இருக்கும். பாதி மலர்ந்தும் மலராமலும் இருக்கின்ற தாமரை அதை ஒத்திருக்கிறது. இறைவனுடைய கண்கள் தாமரையை ஒத்திருக்கின்றன. கண்களை முழுவதும் திறந்து விடாதே என்கிறார்கள். சிறிது சிறிதாகத் திறந்தால்போதும். முழுப் பார்வை தாங்க முடியாது. குளப்படியில் கடலை மடுக்கவொண்ணதிறே என்று ஆறாயிரப்படி சொல்கிறது. அதாவது குளத்திற்குள் கடலைச் செலுத்த முடியாதாம். ஆனால் உன் பார்வை எங்களுக்கு நிச்சயம் தேவை. அது 'கோடையோடின பயிரில் ஒரு பாட்டம் மழை வர்ஷியாதோ (பொழியாதோ) என்னுமாப் போலே'.

இரு விழிகள் சூரிய சந்திரர்கள். சுடர் விடும் சூரியன் அவன் பெருமையைக் குறிக்கும். சந்திரனின் தண்மை அவன் கருணையைக் குறிக்கும். இன்னொரு விதமாகச் சொல்லப் போனால் இரணியன் மீது சீற்றம் கொண்டு ஒரு கண் நோக்கினால், பிரகலாதன் மீது மிகுந்த அன்போடு இன்னொரு கண் நோக்கியது போல இறைவனின் கண்கள் இருக்கின்றன. ஆனாலும் இறைவன் அருளுக்கு சந்திரனின் தண்மை ஒப்பல்ல, அவன் சீற்றத்திற்கு சூரியனின் வெப்பம் ஒப்பல்ல என்று கூறுவாரும் இருக்கிறார்கள்.

எங்கள் மீது சாபம் இழிந்து என்பதற்குப் பிரிவுத் துயர் கழிந்து போகும்படி என்று பொருள் கொள்கிறார்கள். ஆனால் அது அவ்வளவு எளிதாகக் கழிந்து போய் விடுமா? மற்றவர்க்கு உன் கண்பார்வை பட்டாலே போதும். ஆனால் எங்களுக்கு அது போதாது என்று சிறுமியர்கள் சொல்கிறார்கள். ஆறாயிரப்படி நாச்சியார் திருமொழியை மேற்கோள் காட்டுகிறது: வேர்த்து நின்று விளையாட விருந்தவனத்தே கண்டோமே என்றபடி காண வேண்டும். பொடித்தான் கொண்டு பூச வேண்டும். திருப்பாவையில் சொல்லியிருக்கிறபடியே இப்போதே எம்மை நீராட்ட வேண்டும்.

மாரிமலை முழைஞ்சில்!

தமிழ் இலக்கியப் படைப்பாளிகளை புலியை விட சிங்கம்தான் அதிகம் கவர்ந்திருக்கிறது. ஆண்டாள் விதிவிலக்கல்ல. அவள் இவ்வொப்பற்ற பாடலில் சிங்கத்திற்காக நாலரை அடிகளை ஒதுக்கியிருக்கிறார்.

ஆண்டாள் சிங்கத்தைப் பார்த்திருக்க முடியுமா?

அவள் வாழ்ந்த ஸ்ரீவில்லிபுத்தூர் பகுதி சமீபத்தில் மேகமலை புலிகள் காப்பகமாக அறிவிக்கப்பட்டிருக்கிறது. அடர்ந்த காடுகள் இருந்த/இருக்கின்ற மேற்குத் தொடர்ச்சி மலைப் பகுதிகளில் சிங்கம் இருந்திருக்க வாய்ப்பில்லை. மேலும் புலிகளும் சிங்கங்களும் ஒரே பரப்பில் இருக்கவே முடியாது என்றும் கூறி விடலாம். சிங்கங்களுக்குப் புல்வெளிகள், ஒரு சில மரங்களே உள்ள சமவெளிகள் தேவை. புலிகள் எங்கும் சமாளிக்கும் திறன் வாய்ந்தவை என்று வல்லுனர்கள் சொல்கிறார்கள். ரஜினிகாந்த் சிங்கம் சிங்கிளாகத்தான் வரும் என்று சொன்னாலும், அது பெரும்பாலும் குழுவாகத்தான் வரும். வேட்டையாடும். புலிதான் தனிமையில் வேட்டையாடும். தனியாகத்தான் அலையும்.

2013ல் வால்மீக் தாபர், ரொமிலா தாபர் மற்றும் யூசப் அன்சாரி The exotic Aliens என்ற தலைப்பில் ஒரு புத்தகம் எழுதினார்கள். அதில் சிங்கமும் சீட்டாவும் இந்தியாவைச் சேர்ந்ததே அல்ல. அலெக்சாண்டர்

வருவதற்குச் சிறிது முன்னால் அவை மன்னர்களின் வளர்ப்புப் பிராணிகளாக அறிமுகப்படுத்தப் பட்டன என்று சொல்லியிருந்தார்கள்! நாம் அந்த விவாதத்திற்குள் போக வேண்டாம். ஆனால் ஆண்டாள் சிங்கத்தை அது இயற்கையாக வாழும் இடத்தில் பார்த்திருக்கும் வாய்ப்பு மிகவும் குறைவு. சிங்கத்தினால் வேட்டையாடாமல் பல நாட்கள் வாழ முடியாது. எனவே மழைக்காலத்தில் அது தூங்கும் என்று சொல்வதும் அறிவியலுக்குப் பொருந்தாது என்றுதான் சொல்ல வேண்டும்.
Lions do not hibernate.

திருப்பாவை – எளிய விளக்கம்

இனி பாடல்:

மாரிமலை முழைஞ்சில் மன்னிக் கிடந்துறங்கும்
சீரியசிங்கம் அறிவுற்றுத் தீவிழித்து,
வேரிமயிர் பொங்க எப்பாடும் பேர்ந்துதறி,
மூரிநிமிர்ந்து முழங்கிப் புறப்பட்டுப்,
போதருமா போலேநீ பூவைப்பூவண்ணா! உன்
கோயில்நின்றும் இங்ஙனே போந்தருளிக் கோப்புடைய
சீரியசிங் காசனத்திருந்து யாம்வந்த
காரியம் ஆராய்ந் தருளேலோ ரெம்பாவாய். 23

மழைக்காலத்தில் மலைக்குகையில் பெண் சிங்கத்தோடு ஒட்டி உறங்கிக் கொண்டிருக்கும் சிறப்பு வாய்ந்த சிங்கம் உறக்கம் தெளிந்து பொறி பறக்கும் கண்களால் விழித்துப் பார்த்துக் கொண்டு தனியான வாசம் கொண்ட அதன் ரோமங்கள் பொங்கிப் படர, இங்கும் அங்குமாக அசைந்து கொண்டு, உடலை உதறிக் கொண்டு, சோம்பல் முறித்து நிமிர்ந்து கர்ஜனை செய்து கொண்டு வருவது போல, காயாம் பூ போல நீல வண்ணனாகிய நீ, உன் மாளிகையிலிருந்து நாங்கள் இருக்கும் இடத்திற்கு வந்து, இங்கு இருக்கும் அழகிய சிங்காதனத்தில் அமர்ந்து நாங்கள் ஏன் வந்திருக்கிறோம் என்பதைக் கேட்டறிந்து அருள் செய்வாயாக!

மலைக்குகையில் பெண் சிங்கத்துடன்ஒட்டி உறங்கிக் கொண்டிருந்த சிங்கம் உணர்வு பெற்று கண்களில் நெருப்புப் பொங்க விழிக்கிறது. பிடரி மயிர்கள் சிலிர்த்துக் கொண்டு எழுகின்றன. நாற்புறங்களுக்கும் சென்று உடலை உதறிக் கொண்டு, சோம்பல் முறித்துக் கொண்டு, நிமிர்ந்து, கர்ஜனை புரிந்து குகையிலிருந்து வெளியே வருகிறது. 'வர்ஷா காலம் ராஜாக்கள் படைவீடு விட்டுப் புறப்படாதாப்போலே ஸிம்ஹமும் வர்ஷாகாலம் முழைஞ்சு விட்டுப் புறப்படாது,' என்று வியாக்கியானம் சொல்கிறது.

கண்ணனை 'யசோதை இளஞ்சிங்கம்' என்று ஆண்டாள் முன்னமே குறிப்பிட்டிருக்கிறார். இங்கு அவன் மிருகராஜன் மட்டுமல்ல. அரசர்களுக்கெல்லாம் அரசன். அவன் கட்டிலுக்குக் கீழ் உலகின் அரசர்கள் காத்துக் கொண்டிருக்கிறார்கள் என்று ஆண்டாள் முந்தைய பாட்டில் சொல்லியிருக்கிறார். உரையாசிரியர்கள் கண்ணனுடைய நடையை காளை போன்ற, யானை போன்ற, புலி போன்ற, சிங்கம் போன்ற 'சதுர்க்கதி' (நான்கு விதமான) நடை என்று சொல்கிறார்கள்.

'நான் எவ்வாறு புறப்பட வேண்டும்?சீதையின் கணவனான ராகவ சிம்மம் போலவா அல்லது பிரகலாதனுக்கு அருள் புரிந்த நரசிம்மம் போலவா' என்று கண்ணன் கேட்டானாம். அதற்குப் பதிலாக இவர்கள் 'உன்னுடைய கம்பீரத்தைக் குறிக்கும் விதமாக

உன்னைச் சிங்கம் என்று அழைத்தோம். எங்களுக்கு நீ பூப்போல மென்மையானவன். உன் வண்ணம் பளபளக்கும் கருநீலக் காயாம் பூ (பூவைப்பூ) போன்றதல்லவா, சிங்கத்தின் அழுக்கான பழுப்பிற்கும் உனக்கும் என்ன தொடர்பு?' என்கிறார்களாம்.

'கடற்கரையில் வார்த்தை' என்று ராமன் சொன்னதையும் 'தேர்த்தட்டில் வார்த்தை' என்று கிருஷ்ணன் சொன்னதையும் சொல்வார்கள். இங்கு சிம்மாசன வார்த்தை. நீ படுக்கையில் என்ன வேண்டுமானாலும் சொல்வாய். அவற்றையெல்லாம் ஒரு பொருட்டாக எடுத்துக் கொள்ள முடியாது. உன்னை நம்ப முடியாது. நீ அரசன் போல உன் சிம்மாசனத்தில் அமர்ந்து கொடுக்கும் வார்த்தை உலகறிந்ததாக இருக்கும். உன்னாலேயே மாற்ற முடியாது' என்று சிறுமியர்கள் சொல்கிறார்கள். அது கோப்புடைய சீரிய சிம்மாசனம். பரமபதத்தில் உன் இருக்கைக்கு ஒப்பானது. பரமபத சிம்மாசனம் எட்டு கால்கள் கொண்டதாக விவரிக்கப்படுகிறது. தர்மம், அதர்மம், ஞானம், அஞ்ஞானம், வைராக்கியம், வைராக்கியமின்மை, பொருள், பொருளின்மை என்ற எட்டுகால்களைக் கொண்ட தர்மாதிபீடம்.

அங்கு உட்கார்ந்து நாங்கள் எதற்காக வந்திருக்கிறோம் என்பதை ஆராய்ந்து எங்களுக்கு அருள்தர வேண்டும் என்கிறார்கள். கண்ணன் ஏன் ஆராய வேண்டும்? அருள்தருவான் என்பது அவர்களுக்குத் தெரியாதா? சொன்ன சொல்லைக் காப்பாற்ற மாட்டானோ என்ற அடிப்படையற்ற அச்சம்தான் அவர்களை இவ்வாறு கேட்க வைக்கிறது. சிறுமியர்தானே.

இப்பாடலை நாம் தமிழ் மொழியின் வடிவாகவும் உருவகிக்கலாம். தமிழ் மொழியின் அழகையும் மிடுக்கையும் இக்கவிதை காட்டுவது போல மிகச் சில கவிதைகளே காட்டியிருக்கின்றன.

இது தமிழ்ச் சிங்கம்.

அன்றிவ் வுலகம்!

தமிழருக்கும் கண்ணனுக்கும் இரண்டாயிரம் ஆண்டுகளுக்கு மேல் தொடர்பு இருக்கிறது.

உதாரணமாக ‘வண் புனல் தொழுநை வார் மணல் அகன்துறை / அண்டர் மகளிர் தண் கழை உடீஇயர்/ மரம் செல மிதித்த மாஅல் போல’ என்று அகநானூறு பேசுகிறது. யமுனை (தொழுனை)க் கரையில் மரத்தழைகளை ஆய்ச்சியர் கட்டிக் கொள்வதற்கு வாகாக கிளையை வளைத்துக் கண்ணன் (மாஅல்) கொடுத்தான் என்கிறது. இதே போல,‘மேவார் விடுத்தந்த கூந்தற் குதிரையை / வாய் பகுத்து இட்டு புடைத்த ஞான்று இன்னன்கொல் / மாயோன் என்று; உட்கிற்று என்நெஞ்சு’ என்று கலித்தொகை கம்சன் அனுப்பிய குதிரை வடிவமானகேசி அசுரனைக் கொன்றதைக் குறிக்கிறது. ‘மல்லர் மறம் சாய்த்த மால் போல’ என்றும் குறிப்பிடுகிறது.

சிலப்பதிகாரத்தின் ஆய்ச்சியர் குரவை எம்.எஸ். குரலில் நமக்குப் பரிச்சயமானது. அதுவும் ‘மூவுலகும் ஈரடியான் முறைநிரம்பா வகைமுடியத் / தாவியசே வடிசேப்பத் தம்பியொடுங் கான்போந்து / சோவரணும் போர்மடியத் தொல்லிலங்கை கட்டழித்த சேவகன்’ என்று உலகளந்த கதையையும் இலங்கையை அழித்த கதையையும் பேசுகிறது. இதே போன்று ‘கன்று குணிலா கனி உதிர்த்த மாயவன்’ என்று வத்சாசுரனை அழித்த கதையைக் கூறுகிறது. மணிமேகலையும் ‘மாமணி வண்ணனும் தம்முனும் பிஞ்ஞையும் ஆடிய குரவை’ என்று கண்ணன்

பலராமனுடனும் நப்பின்னையுடனும் ஆடிய குரவையைப் பேசுகிறது. ஆண்டாள் இந்தப் பழந்தமிழ் மரபில் வந்தவர்.

இனி பாடல்:

அன்று இவ்வுலகம் அளந்தாய்! அடிபோற்றி,
 சென்றங்குத் தென்னிலங்கை செற்றாய்! திறல்போற்றி,
பொன்றச் சகடம் உதைத்தாய்! புகழ்போற்றி,
 கன்று குணிலா எறிந்தாய்! கழல்போற்றி,
குன்று குடையா எடுத்தாய்! குணம்போற்றி,
 வென்று பகைகெடுக்கும் நின்கையில் வேல்போற்றி,
என்றென்று உன்சேவகமே ஏத்திப் பறைகொள்வான்
 இன்றுயாம் வந்தோம், இரங்கேலோ ரெம்பாவாய்.   24

பண்டொரு நாள் உலகை உன் காலால் அளந்தருளியவனே உன் அடி போற்றி! தென்னிலங்கை சென்று இராவணன் முதலியோரை வென்ற உன் வலிமை போற்றி! சகடாசுரனைக் காலால் உதைத்து அழித்த உன் புகழ் போற்றி! விளா மரமாக நின்ற அசுரன் மீது கன்றாக வந்த அசுரனை எறிந்து இருவரையும் அழித்த உன் வீரக் கழல் போற்றி! கோவர்த்தனகிரியைக் குடையாக எடுத்து மக்களையும் கால்நடைகளையும் காத்த உன் குணம் போற்றி! பகைவர்களை வென்று அழிக்கும் உன் கைவேல் போற்றி! இப்படி உன் வீர வரலாற்றைப் போற்றிப் புகழ்ந்து கொண்டு நாங்கள் பறை பெறுவதற்கு வந்திருக்கிறோம். எங்கள் மீது இரங்கி அருள்வாயாக.

கண்ணன் சிம்மாசனத்தை நோக்கிச் செல்லும் போது அவன் வடிவழகைப் பார்த்துச் சிறுமிகள் அவனைப் போற்றும் பாடல் இது.

அன்று இரண்டடியால் உலகை அளந்தாய். இன்று எங்களுக்காகப் பல அடிகள் எடுத்து வைத்து நடக்கிறாய். 'பிராட்டிமார் பூத்தொடுமாபோலே கூசிப் பிடிக்கும் திருவடிகளைக் கொண்டு காடுமோடையையும் அகப்பட என்கை' என்று மூவாயிரப்படி சொல்கிறது. அதாவது பூப்போன்று பிராட்டியர் அணுகும் கால்கள்தாம் உலகை அளக்கும் வலிமை வாய்ந்த கால்கள். இதைத்தான் சிலப்பதிகாரமும் மூவுலகும் ஈரடியாய்த் தாவிய அடிகள்தாம் சிவக்கச் சிவக்க காட்டிற்கு ராமாவதாரத்தில் நடந்தன என்று சொல்கிறது. ஆண்டாளின் தந்தை பெரியாழ்வார் உன் செவ்வடி செவ்வித் திருக்காப்பு என்று பாடியது போல சிறுமியர் அவன் அடி போற்றுகிறார்கள்.

தென் இலங்கை செற்றாய் என்று பாடுவதை வியாக்கியானம் இவ்வாறு விளக்குகிறது. 'அழகுக்கு இலக்காகாதவரை அம்பிற்கு

இலக்காக்கினபடி.' எல்லோரும் எல்லாமும் அவனுக்கு இலக்குதான். இன்றில்லையெனில் நாளைக்கு.

பொன்றச் சகடம் உதைத்தாய் – அவன் புகழ் என்ன? குழந்தையாக இருக்கும் போதே யார் உதவியும் இல்லாமல் சகடாசுரனைக் காலால் உதைத்து அழித்தாய். இராமனுக்குக் கையில் வில்லால் ஏற்பட்ட தழும்பு என்றால் கண்ணனுக்குக் காலில் தழும்பு. இராமனுக்கு வீரத் தழும்பு அவன் பெரியவனான பின்புதான் ஏற்பட்டது. கண்ணனின் தழும்பு அவன் பால்மணம் மாறாத குழந்தையாய் இருக்கும் போதே ஏற்பட்டு விட்டது. அதுதான் அவன் புகழ்.

கன்று குணிலா எறிந்தாய் – விளா மரமாகநின்ற அசுரனை கன்றாக வந்த அசுரனை வைத்து அழித்த செயல். எதிரியை எதிரியால் அழித்தல்.

குன்று குடையாய் எடுத்தாய் – ஆயர், ஆய்ச்சியர், கால்நடைகளைக் காப்பாற்ற ஏழு நாட்கள் கோவர்த்தன மலையைக் குடையாய்ப் பிடித்து நின்ற செய்கை. ஏன் அவன் குணத்தைப் போற்றுகிறார்கள்? இந்திரனுக்குப் படைத்த உணவைத்தான் உண்ட விளையாட்டுக் குணத்தால் விளைந்தது பேய் மழை. ஆனால் இவனும் கோபப்பட்டிருந்தால் ஒரு நொடியில் இந்திரன் தலையை அறுத்திருக்க முடியும். ஆனால் 'அவன் பசியினால் செய்த செயல்' என்று நினைத்து அவனை மன்னித்துப் பேரருள் காட்டிய குணம்.

பகை கெடுக்கும் வேல் – ராமனுக்கு வில் போல ஆயர்களுக்கு வேல். நந்தகோபனை ஆண்டாள் கூர்வேல் கொடுந்தொழிலன் என்று முதற்பாட்டிலேயே குறிப்பிடுகிறார். 'வேலைப் பிடித்தென்னைமார்கள்' என்று நாச்சியார் திருமொழியும் சொல்கிறது. என் தந்தை 'நின்று பகை கெடுக்கும் நின் கையில் வேல் போற்றி' என்று சொல்வது முருகப் பெருமானாகவும் அவன்தான் உருவெடுத்திருக்கிறான் என்பதைக் குறியிடுகிறது' என்பார். பாரதி 'சுற்றி நில்லாதே போ, பகையே துள்ளி வருகுது வேல்' என்று சொன்னது ஆண்டாளின் வேலை நினைத்துத்தான் என்றும் சொல்வார்.

அன்று அடியார்களுக்காக உலகை அளந்தாய். இன்று நாங்கள் அந்த அடிகளுக்குத் தொண்டு செய்து பறை பெற வந்திருக்கிறோம் என்கிறார்கள். எப்படிப்பட்ட இன்று? நீ உறங்க, நாங்கள் உறங்காத இன்று. 'பெருமிடுக்கான விருத்தைகளெல்லாம் (மூதாட்டிகள்)

பி.ஏ. கிருஷ்ணன்

கிடந்துறங்க குளிர் பொறாத பாலைகளான (சிறுமிகளான) நாங்கள் உன்னைத் தேடி வந்த' இன்று. இன்றாவது இரங்கு என்கிறார்கள். நிச்சயம் இரங்குவான் என்பது அவர்களுக்குத் தெரியும்.

கண்ணனுக்கு என்ன ஆபத்தோ என்று அஞ்சி பல்லாண்டு பாடுவது என்பது ஆயர்குலச் சிறுமிகளுக்கு இயல்பாக வருகிறது – ஆண்டாளின் தந்தை பெரியாழ்வாருக்கு ஆண்டவனுக்கு திருப்பல்லாண்டு பாட வேண்டும் என்ற எண்ணம் எழுந்தது போல.

(அவனுக்கு என் வருகிறதோ) என்னும் அதி சங்கையாலே – திருப் பல்லாண்டாலே மங்களா சாசனம் பண்ணி –அவனுக்கு காப்பிட்ட பெரியாழ்வார் – இது பிள்ளை லோகம் ஜீயர் ராமனுஜ நூற்றந்தாதி உரையில் கூறியது. 'இத்தலைக்கு இரங்குகை அவனுக்கு ஸ்வரூபம்' என்கிறது ஆறாயிரப்படி.

ஒருத்தி மகனாய்!

நேற்று தமிழ் இலக்கியத்தில் கண்ணன் எவ்வாறு பேசப்படுகிறான் என்பதைப் பார்த்தோம். இன்று சமஸ்கிருத நூல்களில் கண்ணனைப் பற்றி என்ன சொல்லப்பட்டிருக்கிறது என்பதைப் பார்க்கலாம்.

முதன்முதலாக கிருஷ்ணனின் பெயர் சாந்தோக்கிய உபநிஷதத்தில் வருகிறது. அவன் தேவகியின் புதல்வன் என்று குறிப்பிடப்படுகிறான். பாணினியின் அஷ்டத்யாயி வாசுதேவனும் கிருஷ்ணனும் வழிபடப்படுவதைச் சொல்கிறது. பதஞ்சலி தன்னுடைய அஷ்டத்யாயி உரையில் கம்சனைக் கண்ணன் கொன்ற கதையைக் குறிப்பிடுகிறார். மகாபாரதத்தின் கண்ணனையும், கீதை உபதேசம் செய்த கிருஷ்ணனையும் நமக்கு நன்றாகத் தெரியும். மகாபாரதத்திற்குப் பின்னால் எழுதப்பட்ட விஷ்ணுபுராணம் போன்ற புராணங்களில் கண்ணனின் கதைகள் பேசப்படுகின்றன.

பழங்குடி மக்களின் கடவுளான கிருஷ்ணன் இந்துக்கள் அனைவரும் வழிபடும் கிருஷ்ணனாக, விஷ்ணுவின் அவதாரமாக மாறினான் என்று சில வல்லுனர்கள் கருதுகிறார்கள். நாம் அந்த விவாதத்திற்குள் போக வேண்டாம். என்னைப் பொறுத்தவரை உலகில் இன்று வழிபடப்படும் எல்லாக் கடவுள்களும் ஒருகாலத்தில் பழங்குடி மக்களால் வழிபடப்பட்டவர்களாகத்தான் இருந்திருக்கிறர்கள்.

கண்ணன் கோபிகளோடு ராசக்கிரீடை செய்வதும் சமஸ்கிருத இலக்கியங்களில் குறிப்பிடப்படுகின்றன. மகாபாரதத்தின் இணை நூலாக அறியப்படும ஹரி வம்சத்தில் கண்ணன் கோபிகளோடு விளையாடியது சொல்லப்படுகிறது. பாசன் எழுதிய பாலசரித நாடகம் கண்ணன் – கோபிகள் விளையாட்டைப் பேசுகிறது. இளங்கோ அடிகள் மிகத் தெளிவாக பால சரிதத்தில் சொல்லப்பட்ட குரவையை ஆய்ச்சியர்கள் ஆடிக் காட்டுவதாகக் குறிப்பிடுகிறார்: “ஆயர் பாடியில், எரு மன்றத்து / மாயவனுடன் தம்முன் ஆடிய / வால சரிதை நாடகங்களில் / வேல் நெடுங் கண் பிஞ்ஞையோடு ஆடிய / குரவை ஆடுதும் யாம்” என்றாள்.

இனி பாடல்:

> ஒருத்தி மகனாய்ப் பிறந்து ஓரிரவில்
> ஒருத்தி மகனாய் ஒளித்து வளர,
> தரிக்கிலா னாகித் தான் தீங்கு நினைந்த
> கருத்தைப் பிழைப்பித்துக் கஞ்சன் வயிற்றில்
> நெருப்பென்ன நின்ற நெடுமாலே! உன்னை
> அருத்தித்து வந்தோம்; பறைதருதி யாகில்
> திருத்தக்க செல்வமும் சேவகமும் யாம்பாடி
> வருத்தமுந் தீர்ந்து மகிழ்ந்தேலோ ரெம்பாவாய்.   25

தேவகிக்குப் பிள்ளையாகப் பிறந்து அதே இரவில் யசோதையின் மகனாக ஒளிந்து வளர, அதைப் பொறாதவனாகி உனக்குத் தீங்கு நினைத்த கம்சனின் எண்ணத்தை நேர்மாறாகி அவன் வயிற்றில் நெருப்பாக இருந்த பெருமாளே! உன்னிடம் பிச்சை கேட்டு வந்தோம். நீ எங்களுக்குப் பறை தந்தால், திருமகளான பிராட்டிக்கு நிகரான உன் செல்வத்தையும் உன் வீரச் செயல்களையும் பாடி உன்னைப் பிரிந்திருக்கும் வருத்தமும் மார்கழிக் குளிர் தரும் வருத்தமும் தீர்ந்து மகிழ்ச்சியோடு இருப்போம்.

நீ எத்தனை தடைகளையும் துன்பங்களையும் தாண்டி வந்தவன். எங்களுக்குப் பறை தருவது உனக்கு எளிதான செயல். எங்கள் துன்பமும் பெரிய துன்பமல்ல. எளிதாக மகிழ்வாக மாறக் கூடிய துன்பம் என்று சிறுமியர்கள் சொல்கிறார்கள்.

பன்னிரண்டு மாதம் தேவகியில் வயிற்றில் இருந்தவனுக்கு (பன்னிரு திங்கள் வயிற்றில் கொண்ட – பெரியாழ்வார் திருமொழி) ஓர் இரவு கூட கம்சனின் சிறையில் இருக்க விருப்பமில்லை. நாய் வயிற்றில் நெய் சோறு தங்குமோ என்று வியாக்கியானம் கேட்கிறது. ஓர் இரவு என்றால் அது ஒப்பில்லாத இரவு. அது போன்ற இரவு முன்பும் இருந்ததில்லை பின்பும் இருந்ததில்லை. ஊழி முதல்வனைப் பெற்றதால் அவள் தனி ஒருத்தி. அவனை கம்சன் கண்படாமல் ஒளித்து வளர்த்ததால் மற்றவளும் தனி ஒருத்தி.

'மடந்தாழும் நெஞ்சத்து கஞ்சனார் வஞ்சம் கடந்தானை' என்று ஆய்ச்சியர் குரவையில் சொல்வதைத்தான் ஆண்டாளும் சொல்கிறார். கம்சன் அடியார்களின் வயிற்றில் நெருப்பை வைத்தவன். கண்ணனை அவன் என்ன செய்துவிடுவான் என்ற நெருப்பைக் கட்டிக் கொண்டு ஆயர்பாடியில் அனைவரும் இருந்தார்கள். ஆனால் அவன் மாறாக கம்சன் வயிற்றில் நெருப்பாக மாறினான். கெடுவான் கேடு நினைப்பான் என்பது பழமொழி மட்டும் அல்ல. யார் அவ்வாறு மாறியவன்? நெடுமால்! விசுவ ரூபம் எடுத்தவன். உலகை அளந்தவன்.

உன்னையே யாசிக்கிறோம் (அருத்தித்து வந்தோம்) என்கிறார்கள் சிறுமிகள். எங்களுக்கு சினிமா காட்டாதே என்கிறார்கள் அவர்கள். 'எங்களுக்கு பிறந்து காட்டவும் வேண்டா, வளர்ந்து காட்டவும் வேண்டா, கொன்று காட்டவும் வேண்டா, உன்னைக் காட்டவமையும், உன் பக்கலிலே ஒன்று வேண்டி வந்தேமல்லோம். உன்னை வேண்டி வந்தோம்' என்று ஆறாயிரப்படி சொல்கிறது. இதையே நம்மாழ்வாரும் 'என்னையாக்கிக் கொண்டனெக்கே தன்னைத் தந்த' என்று சொல்கிறார்.

நீ பெருஞ்செல்வன். திருமகளுக்குத் தகுதியான செல்வன். ஸ்ரீயப்பதியாக இருப்பதால்தான், திருமகள் கணவனாக இருப்பதால்தான் நீ செல்வன் என்று அறியப்படுகிறாய் என்றும் பொருள் கொள்ளலாம். அதிகாலையில் குளிரில் சிறுமிகளான நாங்கள் வந்தோம். உன் அருள் கிடைத்தால் எங்கள் வருத்தம் தீரும். காலைக் குளிர் என்பது ஒன்றுமே இல்லை. எல்லா வருத்தங்களையும் தீர்க்க வல்லது உனக்குத் தொண்டு செய்வது.

மாலே மணிவண்ணா!

வைணவ உரையாசிரியர்களைப் படிப்பது என்பது மிகவும் கடினமானது. வடமொழிப் பயிற்சி இருந்தால் ஒழிய அவர்கள் என்ன சொல்கிறார்கள் என்பது புரிவது கடினம். இதைத் தவிர இன்னொரு பிரச்சினையும் எனக்கு இருந்தது. சொன்னவற்றையே அவர்கள் திரும்பத் திரும்பச் சொல்கிறார்கள் என்ற எண்ணம் என்னைச் சுற்றிச் சுற்றி வந்து கொண்டிருந்தது. அப்போது ஒரு புத்தகத்தில் மதநூல்களுக்கு உரை எழுதுவது embroidering a piece of rag போன்றது என்று படித்தேன். அதாவது கந்தல் துணியில் பின்னல் வேலை செய்வது. இதை என் தந்தையிடம் சொன்னேன். அவர் 'அது பார்ப்பவர் பார்வையைப் பொறுத்தது. என்னிடம் கேட்டால் உரை வைரக்கற்களுக்குப் பட்டை தீட்டுவது போன்றது என்பேன்,' என்றார். 'ஆனாலும் திரும்பத் திரும்பச் சொல்வது போல இருக்கிறதே, அயர்ச்சியைத் தருகிறது' என்று பதில் சொன்னேன். அதற்கு அவர் கோபப்படாமல் 'நான் ஒரு கேள்வி கேட்கட்டுமா?' என்றார். என் பதிலை எதிர்பார்க்காமல் கேள்வியையும் கேட்டார். 'ஆண் பெண் உறவைப் பற்றி என்ன நினைக்கிறாய்?' 'நிச்சயம் தேவை.' "எதற்கு? அதுவும் ஒரே செயலைப் பலவிதங்களில் செய்வதுதானே? நீ பதினாறு வயதிலிருந்து கலர் கலராக படங்களைப் பார்த்துக் கொண்டிருக்கிறாய் (அது வீடியோக்களே இல்லாத காலம் – போர்ன் என்றால் படங்கள்தாம்) உனக்கு அலுத்து விட்டதா?" என்னால் பதில் சொல்ல முடியவில்லை.

"நம்ம ஊர்ப்பக்கம் ஒரு பழமொழி உண்டு – 'ஆசை தீரப் புணர்ந்தவனும் கிடையாது. அழுக்குத் தீர குளிச்சவனும் கிடையாது'ன்னு. (அவர் புணர்ச்சிக்குப் பயன்படுத்திய சொல் வேறு சொல்). இதையே உரையாசிரியர் இறைவனை அணுகும் முறைக்குப் பொருத்திப்பாரு, பதில் கிடைச்சுடும் என்றார். 'ஆராவமுதன்' என்று அவனை ஏன் சொல்கிறார்கள்? இதனால்தான். தடித்தனம் குறைந்து பக்தி அதிகரித்தால் இது போன்ற விதண்டாவாதக் கேள்விகளைக் கேட்கத் தோணாது," என்றார்.

'அது எப்படி? ஆண் பெண் உறவு இருவருக்கிடையே, கண்ணுக்குத் தெரியும்படி நிகழ்வது. கடவுள் அனுபவம் அப்படியா?' என்று கேட்டேன். 'அதை அனுபவித்தவர்களுக்குத் தெரியும். சம்போக இன்பம் என்பதே எல்லோருக்கும் வாய்க்கிறதா? மேலும் வஜ்ரயானிகளைப்போல அதையே தேடி அதில் நிர்வாணத்தை அடைகிறேன் என்று நினைப்பவர்கள் இல்லையா? ஆண்டாள் மாலே மணிவண்ணா பாசுரத்தில் "மேலையார்ச் சொல்வனகள்" என்று தெளிவாகச் சொல்கிறார். அதாவது இறைவனை நினைப்பது, போற்றுவது அவன் அடியை அடைய முயற்சிப்பதெல்லாம், அவளுடைய மூதாதையர் சொன்ன வழிகள். நானும் உனக்கு அவைதான் வழிகள் என்று சொல்கிறேன். வேறு வழி உனக்குக் கிடைத்தால் தேடிக் கொள். நான் உன்னைத் தடுக்கப் போவதில்லை.'

இனி பாடல்:

மாலே! மணிவண்ணா! மார்கழிநீ ராடுவான்
மேலையார் செய்வனகள் வேண்டுவன கேட்டியேல்
ஞாலத்தை யெல்லாம் நடுங்குமுரல்வன
பாலன்ன வண்ணத்துள் பாஞ்சசன்னியமே
போல்வன சங்கங்கள் போய்ப்பாடுடையனவே,
சாலப்பெரும் பறையே, பல்லாண் டிசைப்பாரே,
கோல விளக்கே, கொடியே, விதானமே,
ஆலின் இலையாய்! அருளேலோ ரெம்பாவாய். 26

அடியவர்களிடம் மிகவும் மோகம் கொண்டவனே! நீலமணி வண்ணம் பெற்ற அழகனே! ஆலிலையில் பள்ளி கொண்டவனே! மார்கழி நீராடுவதற்கு எங்கள் பெரியோர் கடைபிடித்த முறைகளை நாங்களும் கடைபிடிப்பதற்கு எங்களுக்கு என்ன வேண்டும் என்று கேட்டாயானால் சொல்கிறோம். பால் நிறமுடைய, உலகில் எங்கிருந்தாலும் எதிரிகளை நடுங்கச் செய்யும் ஒலியுடைய உன் பாஞ்சஜன்யத்தை ஒத்த சங்கங்களும், மிகவும் விசாலமாகவும், பெரிதாகவும் இருக்கும் பறைகளையும், உன்னைப் புகழ்ந்து பல்லாண்டு பாடுகிறவர்களையும், அழகிய விளக்குகளையும், கொடிகளையும், மேற்கட்டிகளையும் எங்களுக்கு அருள்வாயாக.

நாராயணன், பரமன், தேவாதி தேவன், நெடுமால் என்றெல்லாம் அவனை அழைத்தவர்கள் அடைமொழி இல்லாமல் மாலே என்று அழைக்கிறார்கள். இது அவனுடன் இவர்கள் நெருங்கி விட்டார்கள் என்பதைக் காட்டுகிறது. அவனுடைய சௌலப்யத்தைக் (எளிதாக அணுகக்கூடிய தன்மை) காட்டுகிறது. நீங்கள் என்று அழைப்பது நெருக்கம் ஏற்பட்டால் நீயாக மாறுவதில்லையா, அதே போலத்தான் நெடுமால் வெறும் மாலாக மாறுகிறான். அதே சமயத்தில் மால் என்ற சொல் அவனுடைய பரத்துவத்தையும் காட்டுகிறது. அவன்தான் பரம்பொருள்.

பி.ஏ. கிருஷ்ணன்

மணிவண்ணா என்பது அவனுடைய சொல்லவொண்ணா அழகு. ஆசைப்பட வைத்து துன்பத்தையும் கொடுக்கும் அழகு.

அவனிடம் உன்னுடைய பாஞ்சஜன்யத்தைப் போல்ஒலிக்கக் கூடிய சங்கைக் கொடு, இடி போல முழங்கக்கூடிய சங்கைக் கொடு, உன் பெயரைப் பாடுகின்ற அரையரைக் கொடு, விளக்கைக் கொடு, கொடியைக் கொடு, நிழல் தரக்கூடிய மேற்கட்டியையும் (அதாவது துணியை நான்கு கம்புகள் மேல் பரப்பி, அதை நால்வர் பிடித்துக் கொண்டுவர, துணியின் கீழ் நடந்து வருவது – பனி விழாமல் இருக்க) கொடு என்று கேட்கிறார்கள். அதற்கு அவன் இவையெல்லாம் தரவேண்டும் என்று எந்த சாஸ்திரத்தில் சொல்லியிருக்கிறது என்று கேட்கிறானாம். அதற்குச் சிறுமிகள் "நாஸ்திகரைப் போல் நீ சொல்கின்றதென்? ஆளறிந்து வார்த்தை சொல்லாய்," என்று பதில் சொல்கிறார்கள் என ஆறாயிரப்படி சொல்கிறது. 'வியாசர் சொன்னான், மனு சொன்னான்' என்று ஞானம் படைத்தவர்கள் சொல்வதை ஆதாரமாக எடுத்துக் கொள்வது நீ அறியாததா? அதே போல நாங்கள் கேட்பதெல்லாம் எங்கள் பெரியவர்கள் எங்களுக்குச் சொல்லிக் கொடுத்தது,' என்றும் அவர்கள் சொல்கிறார்கள். கண்ணன் அதற்குப் பதிலாக, நீங்கள் கேட்பதைக் கொடுக்கும் சக்தி எனக்கு இருக்கிறதா என்பதே ஐயம் என்றானாம். 'உன்னால் முடியாதது எது? ஓர் ஆலிலையின் மேல் கிடந்து உலகங்களை வயிற்றில் வைத்துக் காத்தவன் நீ இல்லையா?' என்று சிறுமியர் சொல்கிறார்கள். 'உன்னால் முடியாதது ஒன்றும் இல்லை. நீ அருள் செய்தால் எல்லாம் நடக்கும். செய்யாவிட்டால் உனக்கு எங்கள் மீது இரக்கம் இல்லை என்றுதான் சொல்ல வேண்டும்.'

'என்றும் உன்றனுக்கு எங்கள் மேல் இரக்கம் எழாதது' என்று நாச்சியார் திருமொழி சொல்கிறது.

கூடாரை வெல்லும் சீர்!

திருநெல்வேலி சந்திப்பு வரதராஜப் பெருமாள் கோவில் கட்டப்பட்டு முன்னூறு வருடங்களுக்குள்தான் இருக்கும். அப்போது கோவிலுக்கு முன்னால் இருந்த சன்னிதித் தெருவில் ராயர்கள்தாம் அதிகம் இருந்தார்கள். ஆனால் 'தின்னு கெட்டான் திருநெல்வேலி ராயன்' என்று ஒரு பழமொழி உண்டு. அவர்கள் சாப்பிட்டே தங்கள் சொத்துக்களை அழித்து விட்டார்களாம். இருபதாம் நூற்றாண்டின் துவக்கத்தில் ராயர்கள் வீடுகளை எல்லாம் சுமார்த்த, வைஷ்ணவ பிராமணர்கள் வாங்கி விட்டார்கள். ஐம்பதுகளிலும் அறுபதுகளிலும் தெரு முழுவதும் வழக்கறிஞர்கள், பிராமண நிலச்சுவான்தார்கள், ஒன்றிரண்டு வீடுகளில் கோவிலில் பெருமாளுக்குச் சேவை செய்யும் அர்ச்சகர்கள். ஆனால் கோவிலில் வேலை செய்பவர்களில் அனைவருக்கும் தெரிந்த பெயர் கோவிந்த ஐயங்கார். அவர் சன்னிதித் தெருவில் இல்லை. கோவிலை ஒட்டிய வீடு ஒன்றில் இருந்தார். அவர்தான் மடப்பள்ளியைக் கவனித்துக் கொண்டிருந்தார். கோவிந்த ஐயங்காருக்குக் காது சுத்தமாகக் கேட்காது. அவரை எல்லோரும் செவிட்டு ஐயங்கார் என்றுதான் அழைத்தார்கள். 'கோவிந்த ஐயங்காரின் புளியோதரையும், அக்கார அடிசிலும் வைகுண்டத்தில் பரிமாற வேண்டியது. நம் பாக்கியம் அவர் நமக்குக் கிடைத்து விட்டார்' என்று என் தந்தை சொல்வார். காது கேட்காததால் உப்பு குறைவு, புளி குறைவு, இனிப்பு குறைவு, நெய் குறைவு என்றெல்லாம் அவரிடம் சொல்வது கடினம். ஆனால் அவர் அவ்வாறு சொல்வதற்கு வாய்ப்பைக் கொடுத்ததாக

பி.ஏ. கிருஷ்ணன்

எனக்குத் தெரியவில்லை. என் மனைவிக்கும் புளியோதரை, அக்கார அடிசில் செய்வதைக் கற்றுக்கொடுத்தவர் அவர்தான். இன்று வரை என் குடும்பத்தில் 'கூடாரை வெல்லும் சீர்' பாட்டு வரும் நாளில் கோவிந்த ஐயங்காரை நினைக்காமல் இருக்க முடியாது. அவருக்கு கூடாரே, எதிரிகளேகிடையாது. வாழ்நாள் முழுவதும் பக்தர்களுக்குத் தொண்டு செய்து காலத்தைக் கழித்த கோவிந்தன் அவர்.

ஆண்டாள் புளியோதரையைப் பற்றிப் பேசியிருக்கிறாரா? 'கண்ணன் என்னும் கருந்தெய்வம்' (நாச்சியார் திருமொழி) பாடலில் 'புண்ணில் புளிப்பெய்தார் போல' என்று அவர் சொல்கிறார். 'நீங்கள் பெருமாள் கோவில் புளியோதரையைப் பற்றிப் பேசி என்னைத் துன்பப்பட வைக்காதீர்கள். அது அவனோடு சேர்ந்து உண்ணக்கூடிய பிரசாதம்' என்று பொருள் கொள்ளலாம் என்று என் தந்தை சொல்வார்.

இனி பாடல்:

கூடாரை வெல்லுஞ்சீர்க் கோவிந்தா! உன்தன்னை
பாடிப் பறைகொண்டு யாம்பெறு சம்மானம்;
நாடு புகழும் பரிசினால் நன்றாக,
சூடகமே தோள்வளையே தோடே செவிப்பூவே
பாடகமே யென்றனைய பல்கலனும் யாம் அணிவோம்;
ஆடை உடுப்போம்; அதன்பின்னே பாற்சோறு
மூடநெய் பெய்து முழங்கை வழிவார
கூடியிருந்து குளிர்ந்தேலோ ரெம்பாவாய். 27

உன்னிடம் அடிபணியாதவரையும் வென்று காட்டும் திறன் படைத்த கோவிந்தனே! நீயும் நாங்களும் உள்ளமெல்லாம் குளிர, கூடியிருந்து நாடே மெச்சும்படியாக மிகவும் நன்றாக சூடகம், தோள்வளை, கர்ணப்பூ, பாதகடகம் போன்ற பல்வேறு ஆபரணங்களை அணிந்து கொள்வோம். புத்தாடை உடுப்போம், அதற்குப் பின்னால் நெய் வழிய வழிய பாற்சோறு – இவைதான் உன் புகழைப் பாடி பறை பெற்று எங்களுக்குக் கிடைக்கும், நாங்கள் பெற விரும்பிய பரிசு.

முன்னால் வையத்து வாழ்வீர்கள் பாடலில் நெய்யுண்ணோம் பாலுண்ணோம், மையிட்டு எழுதோம் மலரிட்டு நாம் முடியோம் என்று சிறுமியர்கள் சபதம் எடுத்துக் கொண்டார்கள். இந்தப் பாடலில் அவர்கள் கேட்டவையெல்லாம் கிடைத்து விட்டன என்ற மகிழ்ச்சியில் பாடுகிறார்கள்.

கூடாரை வெல்லும் சீர் கோவிந்தா – எல்லோரையும் வெல்லுவதுகுணத்தாலே. கூடுவாரைச் சீலத்தால் வெல்லும். கூடாதாரை சௌரியத்தாலே (வீரத்தாலே) வெல்லும்.சௌரியம் அம்பிற்கு இலக்காகும். சீலம் அழகிற்கு இலக்காகும் என்று

சொல்லும் ஆறாயிரப்படி 'அம்பிற்கு இலக்கானார்க்கு மருந்திட்டு ஆற்றலாம்' என்று சொல்கிறது. எல்லோருக்கும் இறைவன் வழி கொடுப்பான். அவனை எதிரியாகக் கருதுவர்களுக்குக்கூட அருமருந்தாவான் என்று பொருள். கோவிந்தன் பசுக்களைப் பராமரிப்பது போல இறைவன் பக்தர்களைப் பராமரிப்பான். கன்றுகளை அவன் மிகவும் கவனமாக, கூடுதலாகப் பார்த்துக் கொள்வான். அதே போல அவனடிக்கு வரும் அறியாத சிறுமிகளை அவன் எந்தக் குறையும் இல்லாமல் பார்த்துக் கொள்வான்.

சிறுமியருக்குக் கிடைத்த பரிசு கண்ணன். அவர்களிடம் அவன் வருவான் என்று ஊர் எதிர்பார்க்கவில்லை. இப்போது

அவன் முந்தைய பாடலில் சொன்னது போல, அழகிய விளக்கு, அரையர்கள் பாட்டு, கொடி, மேற்கட்டி போன்றவையோடு பறையையும் பரிசாக வழங்கி விட்டான். கூடவே கோவிந்தனாக இருந்து அவர்களைப் பார்த்துக் கொள்கிறான். ஊரே வியப்பில் எங்களைப் புகழ்கிறது என்று அவர்கள் சொல்கிறார்கள்.

சூடகமே, தோள்வளையே, தோடே, செவிப் பூவே, பாடகமே –அவர்கள் அணிந்து கொள்ளும் நகைகள் இவை. சூடகம் என்றால் கையில் அணியும் வளை. செவிப்பூ என்றால் கர்ணபுஷ்பம் என்று அழைக்கப்படும் ஆபரணம். காதில் இருந்து தொங்குவதாக இருக்கலாம். பாடகம் என்றால் பாத கடகம் – சிலம்பு.

நகைகள் அணிந்த பின்னர் அழகான ஆடை. இவற்றை இவர்களுக்கும் மிகுந்த பரிவோடு அணிவிப்பது கண்ணனும் பிராட்டியான நப்பின்னையும்தான் என்று உரையாசிரியர்கள் சொல்கிறார்கள். சிறுமிகள் சரியாக அணியமாட்டார்கள் என்ற கவலையாம் அவர்களுக்கு.

பின்னால் விருந்து. பாற் சோறு, முழுக்க நெய் மிதக்கும் சோறு கையில் எடுத்தால் முழங்கை வரையும் நெய் வழிகிறதாம். இவ்வளவு நெய் இருந்தால் எப்படிச் சாப்பிட முடியும், திகட்டி விடாதா என்று பட்டரிடம் பக்தர் ஒருவர் கேட்டாராம். அதற்கு பட்டர் 'அவர்கள் சாப்பிட்டார்கள் என்று யார் சொன்னார்கள்?' என்றாராம். கண்ணனைப் பார்த்த மகிழ்ச்சியில் அவர்கள் தங்களை மறந்து விட்டார்கள். நெய் வழிகிறதுகூட அவர்களுக்குத் தெரியவில்லை. மேலும் ஆண்டாள் அவர்கள் 'உண்டார்கள்' என்று பாட்டில் எங்கும் சொல்லவில்லை என்பதையும் நாம் கருத்தில் கொள்ள வேண்டும்.

கூடாரை முதல் வரியில் சுட்டிக் காட்டும் பாடல் கூடியிருந்து குளிர்ந்தோம் என்ற நிறைவோடு முடிகிறது. கண்ணனை வழிபடுபவர்கள் சேர்ந்து இருந்தாலே பசி இருக்காது. பிரிவின் வெப்பம் இருக்காது.

இன்னொரு விதமாகப் பார்க்கப் போனால், எனக்கு மிகவும் பிடித்த காட்சி பெண் குழந்தைள் சேர்ந்து உணவு உண்பது. உலகெங்கிலும் நான் இந்தக் காட்சியைப் பல இடங்களில் பார்த்திருக்கிறேன். ஏழைகளிடையே, பணக்காரர்களிடையே, பள்ளிப் புல்வெளிகளில் மற்றும் திருமணக் கூடங்களில். கூடியிருந்து உணவு உண்பது அவர்களுக்கு எவ்வளவு மகிழ்ச்சியைத் தருகிறது என்ற உணர்வு எப்போதும் தெவிட்டாதது. ஆண்டாளின் தெவிட்டாத பாடலும் அதையே சொல்கிறது என்றும் கொள்ளலாம்.

கறவைகள் பின் சென்று!

ஆழ்வார்கள் காலத்தில் தமிழுக்கும் சமஸ்கிருதத்திற்கும் உறவு எவ்வாறு இருந்தது? ஆழ்வார்கள் வடமொழி வேதங்களிலும் உபநிடதங்களிலும் சொல்லப்படும் இறைவன்தான் தமிழ்ப் பாசுரங்களின் இறைவன் என்பதில் மிகத் தெளிவாக இருந்தார்கள்.

நம்மாழ்வார் சொல்கிறார்: 'இல்லை நுணுக்கங்களே இதனிற் பிறிதென்னும்வண்ணம் தொல்லைநன்னூலில் சொன்ன உருவும் அருவும்நீயே'. அதாவது 'மிகப் பழமையான வேதங்களில் உன்னை விட நுணுக்கமானது வேறு ஏதும் இல்லை என்று சொல்லப்பட்டிருக்கின்றது. அவை சொன்ன உருவமும் அருவமும் நீதான்'.

ஆனால் நம்மாழ்வார் நேதி, நேதி என்று உபநிடங்தகளில் சொல்லப்படும் கடவுளாக அவனைக் காணவில்லை. அடுத்த இரு வரிகளில் 'அல்லித்துழாய் அலங்கலணி மார்பஎன் அச்சுதனே, வல்லதோர் வண்ணம்சொன்னால் அதுவேஉனக்காம்வண்ணமே.' என்கிறார். 'மார்பில் துளசியையும் தாமரையையும் அணிந்தவனே, நாங்கள் உன்னை எதாகச் சொன்னாலும் நீ அதுதான்.' அவன் மொழிக்கும் மனித எண்ணங்களுக்கும் அப்பாற்பட்டவன் அல்ல. எனவே தமிழ் மொழி அவனுக்கு அன்னியமாக இருக்க வாய்ப்பே இல்லை. எந்த மொழியும் அவனுக்கு அன்னியமானதல்ல.

ஆழ்வார்கள் பாடல்களைப் பிரபந்தமாக ஒன்று சேர்த்தவர்கள் அவை தமிழ் வேதம் என்பதிலும் தெளிவாக இருந்தார்கள். திராவிட வேதம், திராவிட உபநிடதங்கள் என்று பாசுரங்கள் அழைக்கப்பட்டன. ஆனால் வேதங்களைவிட இறைவனுக்கு தமிழ்ப் பாசுரங்களே உகந்தது என்று வைணவர்கள் நம்பினார்கள். ஆழ்வார்கள் சொன்னவற்றைப் பின்னால் வந்த வைணவப் பெரியார்கள் இவ்வாறு விளக்கினார்கள்: கீதை காட்டிய வழிகளான பக்தி, ஞான, கர்ம மார்க்கங்கள் இறைவனை அடையப் போதுமானதல்ல. பிரபத்திதான் – அதாவது முழு சரணாகதிதான் – முழுமையான, ஒரே வழி. அது ஒன்றுதான் அவனிடம் பக்தர்களைக் கொண்டு சேர்க்கும். அதற்கு நீ உயர்ந்த சாதியில் இருக்க வேண்டிய கட்டாயம் இல்லை. பெரிய படிப்புப் படித்தவனாக இருக்க வேண்டியதில்லை. மாறாக அவை தடையாக இருக்க வாய்ப்புகள் இருக்கின்றன. கீதையில் சொல்லப்படுவது இறைவனுக்கும் அவனை அடைய விரும்புபவனுக்கும் இடையே இருக்கும் ஒருவருக்கு ஒருவர் உறவு. ஆனால் ஆழ்வார்கள் கூட்டமாகவும் அவனைத் தேடலாம் என்கிறார்கள். தொண்டக்குலத்தைக் குறிப்பிடுகிறார்கள். கடல்வண்ணனை வழிபடுபவர்கள் கூட்டத்தைக் குறிப்பிடுகிறார்கள். ஆண்டாளின் ஆயர் குலச் சிறுமிகள் தனியாக இறைவனை அடைய விரும்பவில்லை. அவர்கள் குழாமாகத்தான் செல்கிறார்கள். அவர்கள் படிக்காதவர்கள். ஆனால் எங்களுடன் மட்டும்தான் அவன் நெருக்கமாக இருப்பான் என்ற முழு நம்பிக்கை அவர்களுக்கு இருக்கிறது.

இனி பாடல்:

கறவைகள் பின்சென்று கானம் சேர்ந்துண்போம்;
அறிவொன்று மில்லாத ஆய்க்குலத்து உன்தன்னைப்
பிறவிப் பெறுந்தனைப் புண்ணியம் யாம் உடையோம்;
குறைவொன்று மில்லாத கோவிந்தா! உன்தன்னோடு
உறவேல் நமக்கு இங்கு ஒழிக்க ஒழியாது!
அறியாத பிள்ளைகளோம் அன்பினால் உன்தன்னைச்
சிறுபேர ழைத்தனவும் சீறி யருளாதே,
இறைவா, நீ தாராய் பறையேலோ ரெம்பாவாய். 28

பசுக்களின் பின்சென்று மேய்ச்சல்காடுகளுக்குச் சென்று உண்போம். அறிவுச் சுவடே இல்லாத ஆய்க்குலத்தில் நீ பிறந்ததற்கு நாங்கள் பெரிய புண்ணியம் செய்திருக்கிறோம். குறைகள் ஏதும் இல்லாத கோவிந்தா, இப்போது உனக்கும் எங்களுக்கும் இடையே இருக்கின்ற உறவை, நீ நினைத்தாலும் நாங்கள் நினைத்தாலும் ஒழிக்க முடியாது. ஏதும் அறியாத சிறுமிகள் நாங்கள். அன்போடு உன்னை உன் பெருமைக்குக் குறைவான சிறிய பெயர்களைச் சொல்லி

அழைத்திருக்கலாம். அதனால் எங்கள் மீது கோபம் கொள்ளாதே. எங்கள் தலைவனே எங்களுக்குப் பறை தந்தருள்வாயாக!

கறவைகள் பின்சென்று கானஞ் சேர்ந்துண்போம் – உயர்சாதியினர்கள் குருக்கள் பின்னால் சென்று அறிவைத் தேடுவார்கள். ஆனால் நாங்கள் பசுக்களின் பின் சென்று அவை தேடி உண்பதைப்போல நாங்களும் தேடிக்கிடைத்ததை உண்போம். நாங்கள் திருப்பதி, திருவரங்கம் போன்ற கோவில்களுக்குச் செல்வதில்லை.நாங்கள் செல்வது காடு. அங்கே குளிக்க முடியுமா, சுத்தத்துடன் கும்பிட முடியுமா?

அறிவொன்றுமில்லாத – அதாவது எது சரி, எது தவறு என்பதைத் தேர்ந்தெடுக்கக்கூடிய அறிவு இல்லாதவர்கள். எது பாவம் எது புண்ணியம் என்பதைப் புரிந்து கொள்ளக்கூடிய அறிவு இல்லாதவர்கள்.உபாய சூன்யம்தான் எங்கள் சொத்து. வழி என்ன என்பதை அறவே அறியாதவர்கள். இதையேதான் நம்மாழ்வார் 'நோற்ற நோன்பிலேன் நுண்ணறிவுமிலேன்' என்று சொல்கிறார். அறிவொன்றுமில்லாமல் இருப்பதே அவனுக்கு உகந்தது.

ஆனால் நாங்கள் செய்த புண்ணியம் எங்கள் குலத்தில் நீ வந்து பிறந்திருக்கிறாய். அது மட்டுமல்ல. நீ பிறந்ததால் எங்கள் குலம் முழுவதும் வீடு பெறும். உய்யும். 'உய்ய இவ்வாயர் குலத்தினில் தோன்றியஒண்சுடர் ஆயர் கொழுந்தே' என்பது பெரியாழ்வார் வாக்கு. 'நீ சூக்ருதமாய் நின்று இக்குலத்தை எடுக்கைக்கு ஆண் பெண் சட்டி பானை என்றுண்டோ' என்கிறது ஆறாயிரப்படி. உன்னுடைய விருப்பம். நீஎங்கள் குலத்தைத் தேர்ந்தெடுத்தாய்.

குறைவொன்றுமில்லாத கோவிந்தா! – உலகின் எல்லாக் குறைகளும் எங்களிடம் இருக்கின்றன. ஆனால் உலகில் நிறையனைத்தும் உன்னிடம் இருக்கின்றன. குறைக்கு அங்கு இடமேது?

உன்றன்னோடு உறவேல் நமக்கிங்கு ஒழிக்க ஒழியாது – பாட்டின் அச்சாணியும் வைணவத் தத்துவத்தின் அச்சாணியும் இதுதான். உனக்கும் எங்களுக்கும் இடையே உள்ள உறவை யாராலும் ஒழிக்க முடியாது. எங்களால் முடியாது. உன்னாலும் நிச்சயம் முடியாது. உன்னையும் எங்களையும் கட்டியிருக்கும் கயிறு அறுக்க முடியாதது. 'நான் உன்னை அன்றி இலேன் கண்டாய் நாரணனே! நீ என்னை அன்றி இலை' என்ப்து திருமழிசை ஆழ்வார் வாக்கு.

அறிவின்மை, சிறுபிள்ளைத்தனம், அன்புடைமை – இம்மூன்றின் தாக்கத்தால் சொன்னவற்றை நீ பொருட்படுத்தக் கூடாது என்கிறார்கள் சிறுமிகள். 'பித்தர் சொன்னவும் பேதையர் சொன்னவும் பத்தர் சொன்னவும் பன்னப் பெருபவோ?' என்று கம்பன் சொல்வதைப் போல.

இங்கு சிறுபேர் என்பது நாராயணன் என்ற நாமத்தை. அவனுக்கு கோவிந்தா, கோபாலா என்று அழைத்தால்தான் பிடிக்குமாம். அவைதாம் பெரும் பேர்களாம். பிராமணர்கள் பழக்கத்தில் நாங்கள் உன்னை நாராயணா என்று தவறுதலாக அழைத்துவிட்டால் எங்கள் மீது சீற்றம் கொள்ளாதே என்கிறார்கள்!

சிற்றஞ்சிறுகாலே!

ஆண்டாள் தமிழின் முக்கியமான முதல் கவிஞர் அல்லர். சங்க இலக்கியத்தின் பல பெண் கவிஞர்களை – குறிப்பாக மனிதனை 'எவ்வழி நல்லவர் ஆடவர் அவ்வழி நல்லை வாழிய நிலனே' என்றுபாடிய அவ்வையாரை – நமக்குத் தெரியும். பக்தி இலக்கியத்திலும் ஆண்டாளுக்கு முன்னோடியாக காரைக்கால் அம்மையார் இருந்திருக்கிறார். ஆண்டாள் 'சிற்றம் சிறுகாலே' பாசுரத்தில் சொல்வதையே ஏறத்தாழ அவரும் சொல்லியிருக்கிறார். 'அவர்க்கே எழுபிறப்பும் ஆளாவோம் என்றும் / அவர்க்கேநாம் அன்பாவ தல்லால் – பவர்ச்சடைமேல் / பாகாப்போழ் சூடும் அவர்க்கல்லால் மற்றொருவர்க் / காகாப்போம் எஞ்ஞான்றும் ஆள்', என்று அவருடைய அற்புதத் திருவந்தாதி பேசுகிறது. பிறவிகளெல்லாம் சிவபெருமானுக்கே 'உற்றோமே ஆவோம் உனக்கே நாம் ஆட்செய்வோம்' என்று அற்புதத் திருவந்தாதியும் சொல்கிறது. ஆனால் சிவன் பிறவா யாக்கைப் பெரியோன். அவனுடைய விளையாடல்களெல்லாம் கண்ணனுடைய விளையாடல்களும் ராமனுடைய செயல்களும் ஏற்படுத்தும் நெருக்கத்தைப் போல ஏற்படுத்துவதில்லை என்பது உண்மை. திருமாலின் ராமன் மற்றும் கிருஷ்ண அவதாரக் கதைகளும் மக்களைச் சென்றடைந்ததைப் போல அவை சென்றடையவில்லை. கண்ணன் சிறுவனாக, காதலனாக, ஆசிரியனாக, கூட நின்று போர் புரிபவனாக, நண்பனுக்காகத் தூது செல்பவனாக நமது கதைகளில் காட்டப்படுகிறான். அதே

பி.ஏ. கிருஷ்ணன்

போல இராமனும் மனிதர்களுக்காகவும், மிருகங்களுக்காகவும், மனைவிக்காகவும் போர் புரிகிறான். ஓர் அரசனாக மக்களை வழிநடத்துகிறான்.

ஆண்டாளின் கவிதை மிகவும் உயரியது என்பது அவர் திருப்பாவையை எழுதிய நாள் முதலாகவே தமிழையும் வைணவத்தையும் அறிந்தவர்கள் உணர்ந்து விட்டனர். இன்றும் மார்கழி மாதத்தில் திருப்பதி கோவிலில் சுப்ரபாதத்திற்குப் பதிலாக திருப்பாவைதான் பெருமாளை பள்ளி எழச் செய்யப் பாடப்படுகிறது.

இங்கு நான் என் வாழ்வில் நிகழ்ந்த ஒரு சம்பவத்தைக் குறிப்பிட்டாக வேண்டும். நான் அதைப் பற்றி விரிவாக எழுதியிருக்கிறேன்.

பதினைந்து வருடங்களுக்கு முன்னால் நான் பாலிடானா சென்றிருந்தேன். குஜராத் பாவ்நகர் மாவட்டத்தில் மலை மேல் இருக்கும் ஜைனக் கோவில்களின் தலம். 4000 படிகள் ஏற வேண்டும். ஏறினால் உச்சியில் 800 பெரிய சிறிய கோவில்கள். ஏறும் போதும் கோவிலுக்குள்ளும் உணவோ பச்சைத் தண்ணீரோ குடிக்கக் கூடாது.

என்னை அழைத்துச் சென்றவர் ஒரு அதிகாரி. தமிழ் சுமாராகப் பேசுவார். கூடவே தெலுங்குக்காரர் ஒருவரும் வந்திருந்தார். அதிகம் பேசாதவர். ஆனால் உச்சியை அடைந்ததும் என்னிடம் ஒரு கேள்வி கேட்டார்.

"சார், கோதா தெரியுமா?"

"எந்தக் கோதா?"

"ஆமுக்த மால்யதா கோதா."

"ஓ, ஆண்டாளா? தெரியும்."

"திருப்பாவை தெரியுமா?"

"தெரியும்."

"சார், எனக்கு ஒரு உதவி செய்ய வேண்டும். இந்தச் 'சிற்றம் சிறுகாலே' பாடலை நான் தினமும் கண்ணன் முன்னால் சொல்லிக் கொண்டிருக்கிறேன். சமஸ்கிருத மந்திரம் சொல்வது மாதிரி. பாட்டின் பொருள் தெரியாது. உங்களுக்குத் தெரியுமா? தெரிந்தால் எனக்குச் சொல்லுங்கள். பெரிய உதவியாக இருக்கும்."

எனக்குள்ளேயே நான் நினைத்துச் சிரித்துக் கொண்டேன். நம்பிக்கை இல்லாத ஒருவன் தமிழ் பக்திப் பாடலின் பொருளை

திருப்பாவை – எளிய விளக்கம்

தமிழ் தெரியாத, நம்பிக்கையில் ஊறியிருக்கும் ஒருவருக்கு, ஜைனக் கோவில்களின் மத்தியில் நின்று கொண்டு சொல்வது இந்தியாவில் மட்டுமே நடக்கும்.

பாடலின் பொருளைச் சிறிது நேரம் விளக்கிச் சொன்னேன். ஆண்டாளைப் பற்றியும் சொன்னேன். எதுவும் பேசாமல் கேட்டுக் கொண்டார். கண்களிலிருந்து தாரை தாரையாகக் கண்ணீர்.

இறங்கி வரும் போது, நாங்கள் இருவரும் ஒரு வார்த்தை கூட பரிமாறிக் கொள்ளவில்லை.

இனி பாடல்:

சிற்றம் சிறுகாலே வந்துன்னைச் சேவித்துன்
பொற்றா மரையடியே போற்றும் பொருள் கேளாய்;
பெற்றம் மேய்த்துண்ணும் குலத்திற் பிறந்து நீ
குற்றேவல் எங்களைக் கொள்ளாமல் போகாது;
இற்றைப் பறைகொள்வான் அன்று காண் கோவிந்தா!
எற்றைக்கும் ஏழேழ் பிறவிக்கும் உன்தன்னோடு
உற்றோமே ஆவோம்; உனக்கே நா மாட்செய்வோம்;
மற்றைநம் காமங்கள் மாற்றேலோ ரெம்பாவாய். 29

புலராக்காலையில் உன்னை வந்து தொழுகின்றோம். உன் பொன்னால் ஆகிய தாமரை போன்ற திருவடிகளை நாங்கள் ஏன் போற்றுகிறோம் என்பதற்குக் காரணத்தைக் கேட்டருள்வாய். பசுக்களை மேய்த்துண்ணும் ஆயர் குலத்தவரான எங்கள் மத்தியில் பிறந்து நாங்கள் செய்யும் எளிய தொண்டுகளை ஏற்றுக் கொண்டாய். மிகவும் மகிழ்ச்சி. ஆனால் நாங்கள் இதோடு, பறையைப் பெற்று கொண்டதோடு விட்டு விடமாட்டோம். இனி எடுக்கும் எல்லாப் பிறவிகளிலும் உனக்கு மிகவும் அணுக்கமாக இருப்போம். உன் தொண்டையே செய்து வாழ்வோம். வேறு ஏதும் செய்யாமல் இருக்க நீதான் அருள வேண்டும்.

இப்பாடலுக்கு உரை எழுதுகையில் அண்ணங்கராச்சாரியர் கூறுகிறார்: "ஏழுலகும் தனிக்கோல் செல்ல வீற்றிருக்கும் இருப்பைத் தவிர்ந்து இவ்விடைக்குலத்தில் நீ வந்து பிறந்ததற்கு ஒரு பயன் வேண்டாவோ? எங்களிடத்தில் நீ கைங்கரியம் கொள்ளாதொழிவாயாகில் உன்னுடைய இப்பிறவி பயனற்றதாமன்றோ?"

முந்திய பாடலில் நீ எங்கள் குலத்தில் பிறந்ததால் 'புண்ணியம் உடையோம்' என்று சொன்னவள் இந்தப் பாடலில் உனக்கும் இப்பிறவியால் பயன்தான் என்கிறாள்!

பெற்றம் மேய்த்துண்ணும் – இதற்கு ஆறாயிரப்படி தரும் வியாக்கியானம் மகத்தானது. 'நீ பிறப்பிலியாய் பிறவாதார் நடுவேயிருந்து பிறவியற்றார்க்கு முகம் கொடுத்து நிலத்தில் வந்தோமா? (அதாவது அவன் ஆட்சி நடக்கும் பரமபதத்திற்கு) பிறவிக்குப் போரப் பயப்பட்டு உன்னையே கால்கட்டுவாருள்ள விடத்தேவந்தோமா? (அதாவது அவன் அறிதுயில் கொள்ளும் பாற்கடலுக்கு) பிறவா நிற்கச் செய்தே ஆசார ப்ராதானர் புகுந்து நியமிக்கும் ராஜ குலத்தில் பிறவியில் வந்தோமா? (அதாவது அரச குலத்தவர் செய்ய வேண்டிய கடமைகளைத் தவறாமல் செய்யும் ராஜகுலத்துப் (ராமனின் வம்சம்) பிறவியில் வந்தோமா?

ஆயர்கள் சொல்கிறார்கள்: "நாங்கள் உன் வைகுண்டத்தில் இருக்கும் பேறு பெறவில்லை. திருப்பாற்கடலில் இருக்கவில்லை. நீ ராமனாக ஆட்சி செய்யும் போது உனக்கு உதவி செய்ய அரச குலத்தில் பிறக்கவில்லை. நாங்கள் பிறந்தது மாடு மேய்க்கும் குலம்."

ஆறாயிரப்படி இதையும் சொல்கிறது: 'வாலால் உழக்குக்குப் பசு மேய்த்து வந்து வயிறு வளர்க்கும் எங்கள் குலத்திலே நீ என் செய்யப்பிறந்தாய் என்று விசாரிக்கலாகாதோ?'

'வாலால் உழக்கிற்கு' என்றால் ஆயர்களுக்கு எண்ணத் தெரியாது என்ற பொருள். அவர்கள் ஒரு பசுவை மேய்த்தால் ஒரு உழக்கு கூலி என்று வாங்கிக் கொள்வார்களாம். மொத்தம் எத்தனை பசுக்களை மேய்த்தோம் என்ற கணக்கிடத்தெரியாததால், மேய்ந்த ஒவ்வொரு பசுவின் வாலையும் பிடித்து ஒவ்வொரு ஆழாக்காகக் கூலி வாங்குவார்களாம்.

நாங்கள் பறையென்று சொன்னால் அதன் உட்பொருள் வேறு என்பது உனக்குப் புரியாதா? காதலி காதலன் வீட்டிற்குச் சென்று தண்ணீர் தாகமாக இருக்கிறது என்று கேட்டால் தண்ணீர் கொடுத்து அவன் அனுப்பித்து விடுவானா என்று ஆறாயிரப்படி கேட்கிறது.

பாடலில் பிறவி வேண்டாம் என்று ஆண்டாள் சொல்லவில்லை. 'மனித்தபிறவியும் வேண்டுவதே இம்மாநிலத்தே' என்று அப்பர்பிரான் சொன்னதை ஆண்டாளும் சொல்கிறார். மறுபடியும் மறுபடியும் பிறக்க வேண்டும் என்கிறார். ஆனால் எல்லாப் பிறவிகளிலும் உன்னையே நினைத்து உனக்குத் தொண்டு செய்ய வேண்டும். எப்படிப்பட்ட தொண்டு? எளிய தொண்டு. முரட்டுத் தொண்டல்ல. தடித்தடிப் புத்தகங்களைப் படித்து அவற்றிற்கு வியாக்கியானம் செய்யும் தொண்டல்ல. சிறிய தொண்டு. குற்றேவல்.

ஆண்டாள் தனக்கு வித்யா கர்வம் போன்ற படிப்பாளிகளின் கர்வம் வந்து விடக்கூடாது என்பதில் தெளிவாக இருக்கிறார். மற்றைக் காமங்கள் எனக்கு மறுபிறவிகளில் வந்தாலும் அதை மாற்றி விடு. என்னை எளிய பக்தையாகவே ஏற்றுக் கொள் என்கிறார்.

வங்கக்கடல் கடைந்த!

திருப்பாவையில் பாவை நோன்பு நோற்பதாக சில ஆய்க்குலத்துச் சிறுமியர் உறுதி கொண்டு இறைவனை முதலில் வணங்கி அவன் புகழ் பாடுகிறார்கள். பின்னால் கூட்டமாகச் சேர்ந்து தோழிகளை எழுப்புகிறார்கள். தோழிகளுடன் நந்தகோபன், யசோதை, நப்பின்னை போன்றவர்களை எழுப்புகிறார்கள். அவர்கள் எழுந்தபின் கண்ணனை எழுப்புகிறார்கள். எழுந்த கண்ணனிடம் எங்களுக்குப் பறை கொடு மற்றைய சன்மானங்களைக் கொடு என்கிறார்கள். அவன் கொடுத்ததும் (அல்லது கொடுக்கத் துவங்கியதும்) எங்களுக்குப் பறை மட்டும் போதாது. உன்னோடு எப்போது உறவு கொண்டிருக்க வேண்டும், உனக்கு எந்த கவனச்சிதறலும் இல்லாமல் சேவை செய்ய வேண்டும், உனக்கும் எங்கள் உறவு இல்லாமல் இருக்க முடியாது என்பதும் எங்களுக்குத் தெரியும் என்கிறார்கள். கடைசி பாட்டு இக் கிருஷ்ண நாடகத்தைப் படித்தும், கேட்டும், பாடியும் மகிழ்பவர்களுக்குக் கிடைக்கும் பலன்களைக் குறிப்பிடும் பாடல் – பல சுருதிப் பாடல். இது ஆண்டாளின் மற்றும் பெரியாழ்வாரின் திருநாமங்களைத் தெரிவிப்பதால் இதற்குத் திருநாமப் பாடல் என்று பெயர்.

இனி பாடல்:

வங்கக் கடல்கடைந்த மாதவனைக் கேசவனைத்
திங்கள் திருமுகத்துச் சேயிழையார் சென்றிறைஞ்சி
அங்கப் பறைகொண்ட ஆற்றை, அணி புதுவைப்
பைங்கமலத் தண்தெரியல் பட்டர்பிரான் கோதை சொன்ன
சங்கத் தமிழ்மாலை முப்பதும் தப்பாமே
இங்கிப் பரிசுரைப்பார், ஈரிரண்டு மால்வரைத்தோள்
செங்கண் திருமுகத்துச் செல்வத் திருமாலால்
எங்கும் திருவருள்பெற் றின்புறுவ ரெம்பாவாய். 30

கடலைக் கடைந்து அமிர்தத்தை அருளிய திருமகள் மணாளனை, கண்ணனை, சந்திரனைப் போன்ற முகவழகு கொண்ட, அழகிய ஆபரணங்களை அணிந்து கொண்ட ஆய்க்குலச் சிறுமிகள் சென்றுவணங்கி ஆயர்பாடியில் தாங்கள் பிறந்ததன் பேற்றை அடைந்த வரலாற்றை அழகிய திருவில்லிப்புத்தூரில் அவதரித்த தாமரை மலர்களால் ஆன, புதிய, குளிர்ந்த மாலைகளை அணிந்த பெரியாழ்வாரின் திருமகளான ஆண்டாள் அருளிச் செய்த பாமாலையான திருப்பாவையின் முப்பது பாசுரங்களையும் ஒரு பாட்டுக்கூடத் தவறாமல் இங்கு இப்போதே ஓதுகிறவர்கள் நான்கு பெரிய மலைகளைப் போலத் தோள்களை உடைய, சிவந்த கண்களையும் சீரிய திருமுகத்தையும் உடைய திருமகள் செல்வனாகிய திருமாலின் அருளை எங்கிருந்தாலும் பெற்று இனிதாக வாழ்வார்கள்.

வங்கக் கடல் என்பதைக் கடல் கடையும் போது தோன்றிய மந்திர மலை வங்கம் போல, அதாவது மரக்கலம் (கப்பல்) போலத் தெரிகிறதாம். அவன் மாதவன். ஏன்? கடல் கடைந்த போது அமுதோடு பிறந்த லட்சுமியை அடைந்தவன். ‘அமுதில் வரும் பெண்ணமுது’ என்பது ஆழ்வார் வாக்கு.கேசவன். பெரிய பிராட்டியான லட்சுமி பெருங்காதல் கொள்ளும்படியாக அடர்ந்த கேசம் கலைந்து முகத்தில் அலையாகப் பரவ இறைவன் கடல் கடைந்ததனால் அவன் கேசவன்.

இவர்களுக்குத் ‘திங்கட் திருமுகம்’. அவன் கதிர்மதியம் போல் முகத்தான். அக்கதிர் முகத்தையே பார்த்துக் கொண்டிருக்கும் பேறு கிடைத்ததால் அவன் முகத்தின் ஒளி இவர்கள் முகங்களிலும் பிரதிபலிக்கிறது. சூரியனால் சந்திரன் ஒளி பெறுவது போல.

இவர்கள் இறைவனிடம் இறைஞ்சி பறை பெற்ற கதையை ஆண்டாள் நமக்கு சொல்கிறாள். அவள் கோதை. திருவில்லிப்புத்தூரின் தாமரை மலர்கள் மாலை தரித்திருக்கும் பட்டர்பிரான் என்று அழைக்கப்படும் பெரியாழ்வாரின் திருமகள்.

அவளுடைய தமிழ்மாலை மலர்மாலை அல்ல. அது மணி மாலை. ஈடற்ற கவிதை வைரங்களால், ஈடில்லா மொழியான தமிழில் இறைவனுக்குப் படைக்கப்பட்டிருக்கும் மாலை. சங்கத் தமிழ் என்றால் ஆண்டாளின் தமிழ் தனியாக அனுபவிக்க வேண்டிய தமிழ் அல்ல. சங்கமாக, கூட்டமாகச் சேர்ந்து ஒருவரை ஒருவர் கலந்து வியந்து அனுபவிக்க வேண்டிய தமிழ். அவள் பாடிய பாடலைப் பாடினால், குறிப்பாக மார்கழி மாதம் தவறாமல் பாடியவர்கள் நான்கு மலைகளைப் போன்ற தோள்களை உடைய, உலகின் எல்லாச் செல்வங்களுக்கும் அதிபதியான சிவந்த

கண்களை உடைய திருமாலின் அருளைப் பெற்று இன்பமாக இருப்பார்கள்.

ஆண்டாளின் அழகிய பாடல்களில் கண்ணனின் பெயரை எடுத்து விட்டு இந்தியாவின் பெயரைப் போடுங்கள். தேசத்தை நேசிப்பவர்கள் தேசத்தின் புகழ் பாடுகிறார்கள். தூங்குபவர்களைத் தூங்காதே வேலை இருக்கிறது என்று எழுப்புகிறார்கள். நாட்டின் தலைவர்களை எழுப்புகிறார்கள். நாட்டிடம் எங்களுக்குத் தற்காலிக நன்மை போதாது. உனக்கும் எங்களுக்கும் இடையே இருக்கும் உறவு பிரிக்க முடியாதது, அதே போன்று மக்களாகிய நாங்கள் இல்லையென்றால் நீ இல்லை என்கிறார்கள். உன்னிடம் குறையில்லை என்று எங்களுக்குத் தெரியும். உன் செல்வங்களை எங்களுக்கும் எத்தடையும் இல்லாமல் தா என்று வேண்டுகோள் விடுக்கிறார்கள்.

இந்தியாவிற்குப் பதிலாக, மனிதகுலம், இயற்கை, உலகம், சுற்றுச்சூழல் போன்ற எந்தக் கருத்திற்கும் உருவம் அளித்து கண்ணனுக்குப் பதிலாகப் பொருத்திப் பாருங்கள். ஆண்டாளின் பாசுரங்களில் உள்ள பேரண்டங்களையும் அரவணைக்கும் தன்மை *(universality)* புரியும். எதோடும் யாரோடும் உறவு கொள்ள நினைத்தாலும் அவ்வுறவு ஒன்றுக்கொன்று இயைந்து இயங்கினால்தான் அது அடுத்த நிலையை அடையும் சாத்தியக்கூறுகள் இருக்கின்றன் என்பதை ஆண்டாளின் பாடல்கள் மிகத் திறமையாக ஒரு கவிஞனின் பரந்துபட்ட பார்வையோடு சொல்கின்றன. ஆண்டாள் மறுபடியும் மறுபடியும் பிறவி எடுக்க நினைக்கிறாள். அவன் இருக்குமிடமெல்லாம் பிறந்து அவனுக்குத் தொண்டு செய்ய வேண்டும் என்ற விருப்பத்தை வெளிப்படுத்துகிறாள். மனிதகுலத்திற்கும், இயற்கைக்கும், உலகத்திற்கும், சுற்றுச்சூழலுக்கும் தொண்டு செய்ய நினைப்பவர்களுக்கு ஆண்டாளுக்கு இறைவன் மீது இருந்த பிரியமுடியாத பிடிப்புஅவர்கள் உறவு கொள்ள நினைப்பவற்றின் மீது இருந்தால் போதும்.

●

உதவிய நூல்கள்

1. 'திருப்பாவை வ்யாக்யானங்கள்' – புத்தூர் கிருஷ்ணஸ்வாமி அய்யங்கார் ஸ்வாமி, ஸ்ரீவைஷ்ணவ ஸுதர்சனம் பிரசுரம், ஸ்ரீரங்கம் 1991.
2. 'சித்திரத் திருப்பாவை', பி. ஸ்ரீ. ஆசார்யா, திருமலை திருப்பதி தேவஸ்தான வெளியீடு, 1993.
3. 'திருப்பாவை ஸ்வாபதேசம்', ஒன்னான வானமாமலை ராமானுஜ ஜீயர் அருளிச் செய்தது. ஸ்ரீவரமங்கா உபயவேதாந்த அறக்கட்டளை, திருவல்லிக்கேணி.
4. 'திவ்யபிரபந்த திவ்யார்த்த தீபிகை', திருப்பாவை, பிரதிவாதி பயங்கரம் அண்ணங்கராச்சாரியர், மதராஸ், 1915.
5. 'திருப்பாவை ஸாரம்', ஸ்ரீ உ.வே. காரப்பங்காடு வேங்கடாசாரியார் ஸ்வாமி உபந்யாஸத் தொகுப்பு, 1999.
6. 'The Secret Garland', Archana Venkatesan, Oxford University Press, 2010.

காலச்சுவடு பப்ளிகேஷன்ஸ் (பி) லிட்.
Published by Kalachuvadu Publications (Pvt. Ltd.),
669, K.P. Road, Nagercoil 629001, India
Phone: 91-4652-278525
e-mail: publications@kalachuvadu.com

12/2022/S.No.1108, kcp 4020, 18.6 (1) 9ss